CẬN TỬ NGHIỆP, TRUNG ẤM VÀ TÁI SINH
Tỳ kheo Thích Huyền Châu

Pháp thậm thâm vi diệu
Duyên may được thọ trì
Nguyện đi vào biển tuệ
Hiểu thật nghĩa Như Lai

CẬN TỬ NGHIỆP, TRUNG ẤM VÀ TÁI SINH

TỲ KHEO THÍCH HUYỀN CHÂU

Ghi lại lời giảng: Phật tử Diệu Vi

Biên tập: Phật tử Quang Thiền, Phật tử Quang Tâm
 - Lã Minh Hằng

Hiệu đính: Thích Huyền Châu

Trình bày: Lương Thị Ngọc Thu

Thiết kế bìa sách: Trịnh Bá Sỹ, Trần Thị Thu Vân

Nhà xuất bản Liên Phật hội (United Buddhist Publisher)

Xuất bản lần thứ Nhất tại Hoa Kỳ-tháng 2/2020

ISBN-13: 979-8-6343-4910-7

VIỆN PHẬT HỌC BỒ ĐỀ PHẬT QUỐC

TỲ KHEO THÍCH HUYỀN CHÂU

CẬN TỬ NGHIỆP TRUNG ẤM VÀ TÁI SINH

NHÀ XUẤT BẢN LIÊN PHẬT HỘI
UNITED BUDDHIST PUBLISHER

MỤC LỤC

PHẦN 1: CẬN TỬ NGHIỆP..................................... 11

1. Đôi lời mở đầu... 11
2. Các câu chuyện lý giải về Cận tử nghiệp................. 13
3. Biểu hiện của Cận tử nghiệp.............................. 21
4. Năm loại khí trong thân người............................ 22
5. Các trạng thái biến hoại của thân người................. 26
   - 5.1. Địa đại tan rã 26
   - 5.2. Thủy đại tan rã 28
   - 5.3. Hỏa đại tan rã 31
   - 5.4. Phong đại tan rã................................... 35
   - 5.5. Tâm sở dừng hoạt động.............................. 38
   - 5.6. Trạng thái thứ sáu................................. 39
   - 5.7. Trạng thái thứ bảy................................. 39
6. Các nghiệp chi phối lúc lâm chung 41
7. Các câu chuyện về vãng sinh 50
8. Tứ thực là gì?... 61
9. Hộ niệm cho người lâm chung.............................. 64

PHẦN 2: TRUNG ẤM VÀ TÁI SINH.................... 77

1. Thân trung ấm 77
2. Khai thị cho thân trung ấm 80
3. Giáo hoá hộ niệm cho người mất trong 49 ngày....... 98
4. Di chuyển tâm thức 110
    4.1. Thuật Phô qua................................... 110
    4.2. Di chuyển tâm thức người mất........... 117
5. Quá trình chết-các đại tan biến vào nhau 121
6. Thân sinh hữu 130
7. Hiện tướng tái sinh 137
8. Quá trình tái sinh 145
9. Tổng kết về Cận tử nghiệp, Trung ấm và Tái sinh..... 160
HỒI HƯỚNG... 176

PHẦN 1: CẬN TỬ NGHIỆP

Ấn phẩm *Cận tử nghiệp, Trung ấm và Tái sinh* này giới thiệu 2 giai đoạn trong cuộc đời của con người: 1/ Giai đoạn từ Cận tử nghiệp cho đến khi chết; 2/ Giai đoạn từ Trung ấm thân dẫn tới Tái sinh.

1. Đôi lời mở đầu

Phần Cận tử nghiệp giới thiệu về sự vận hành của nguyên khí, thân thể, các cảnh giới tan rã của thân xác; đặc biệt, giới thiệu phương pháp hộ niệm người lâm chung; cũng giới thiệu về cảnh giới con người đi qua dạng thân trung ấm như thế nào? Và trong 49 ngày chúng ta có thể làm gì để giúp cho thần thức người đã chết? trong 49 ngày đó, thần thức của họ sẽ vận hành như thế nào? họ sẽ tái sinh về đâu? Nếu nghiên cứu kỹ, thì, mỗi người đều có thể tự biết rõ hành nghiệp của mình. Đặc biệt, có thể trở thành một sứ giả Như Lai: hộ niệm cho người đồng tu, hoặc cầu nguyện cho người thân của mình. Nhưng dầu muốn dầu không, Thầy vẫn muốn có một lời khuyên thế này:

Ai cũng biết rất rành rẽ những gì đang hiện hữu cuộc sống của chúng ta, nhưng sau khi mất, thì, chẳng biết mình sẽ về đâu. Chẳng khác nào một người am hiểu về ban ngày nhưng không biết rõ về ban đêm, hiểu về cái dương nhưng không biết rõ về cái âm. Hiểu biết của chúng ta thật chưa toàn diện. Một khi chưa toàn diện, thì, chắc chắn sẽ có nhiều nhầm lẫn, mơ hồ. Do vậy, tìm hiểu về cảnh giới Cận tử nghiệp, trung ấm và tái sinh rất cần thiết cho mọi người con Phật.

Một vấn đề được đặt ra là: con người ta sau khi chết thì còn hay hết? Có người giải thích: hiện tại niệm niệm sinh diệt. Cái thật sự tồn tại trong chúng ta chỉ là từng sát na. Trong từng sát na hiện hữu đó luôn luôn diễn ra bốn chu kỳ: sinh -

trụ - dị - diệt. Trong từng sát na, đâu là một thực thể để rồi sau khi chết, linh hồn đó mang theo đi tái sinh? Có người cho rằng: chết là hết. Bởi vì khi còn sống đã là niệm niệm sinh diệt, thì sau khi chết làm gì còn. Nói vậy chẳng khác nào quay vào chỗ chấp đoạn, tức là chết rồi thì hết, là mất hẳn. Nghĩa là rơi vào một trong sáu mươi hai luận thuyết của ngoại đạo. Nếu cho rằng: con người chúng ta vẫn còn linh hồn nào đó để đi đầu thai, thì, có nghĩa là sau khi chết con người rơi vào một thế giới vĩnh hằng-một thế giới bất di bất dịch, thế giới đó không bao giờ mất, tồn tại vĩnh viễn. Nghĩa là rơi vào cái chấp thường, tức là con người tuy chết rồi nhưng vẫn còn mãi mãi. Vậy là lại rơi vào cảnh giới chấp trước. Một khi có sự chấp trước thì sẽ mắc phải sai lầm.

Vậy, con người sau khi chết, thì, cái gì còn và cái gì hết? Con người ta ai mà không chết. Chết thì cát bụi lại trở về với cát bụi. Cái gì về với cát bụi? về với cát bụi để làm gì? Sau khi chết rồi thì đi về đâu? Về suối vàng. Suối vàng ở chỗ nào? Không biết. Tức là, chết rồi, chúng ta sẽ đi về chỗ chúng ta không biết. Không biết (đường) thì làm sao đi được? Cứ vậy, cứ tùy tiện phát ngôn để rồi tăng thêm mơ hồ.

Những điều trình bày trong sách này đều bàng bạc ghi lại trong kinh điển[1] và bằng trải nghiệm của tự thân Thầy. Bản thân Thầy từ nhỏ tới giờ đã trải qua 5 lần chết. Lúc còn nhỏ, mỗi lần như vậy đều không biết có chuyện gì xảy ra. Nhưng khi nghiên cứu Phật học, tìm hiểu kỹ lưỡng, thì, mọi diễn biến trong tâm trở nên nhẹ nhàng, và thấy bình an trước tất cả sự sống và cái chết.

---

[1] Một số sư Nam truyền cho rằng không phải Phật nói, đó là điều Thầy không dám bàn. Tam tạng thánh giáo của Phật, không dám nói đã đọc hết. Bản thân Thầy cũng đọc nhiều và Thầy thấy có.

Đức Phật có năm đại nguyện lớn. Sau khi đức Thế Tôn Niết bàn, Ngài không nhập diệt mà đi thẳng vào trong trung ấm thân để giáo hóa vô lượng chúng sinh. Trong đại nguyện của đức Phật Thích Ca Mâu Ni, trong nhiều đoạn kinh, Ngài nói "thân trung ấm nương theo làn gió mà ăn uống và tuổi thọ của thân trung ấm kéo dài 7 ngày". Đức Phật không giải thích, không nói gì nhiều, vì nói ra chỉ sinh thêm tranh luận trong xã hội đương thời. Với quá nhiều luận thuyết đương thời, đức Phật chỉ dạy những điều giúp mọi người tu học và giải thoát khỏi sinh lão bệnh tử, chứng quả Niết bàn an vui. Sau này, nhất là Tổ Mã Minh, Tổ Long Thọ, Vô Trước, Thế Thân, những vị đại luận sư, những vị đại tổ sư đã có công trùng tuyên đạo Phật. Những vị đại luận sư đều xác nhận có một trạng thái tồn tại của thân trung ấm trước khi thọ sinh vào một kiếp sau.

Sau khi chấm dứt thân mạng, con người trải qua một trong ba trường hợp sau: 1/ Những người ở trong đại định, khi chấm dứt thân mạng sẽ sinh thẳng lên các cõi Trời; 2/ Đa phần con người đều phải tồn tại ở trong trung ấm thân 49 ngày và 3/ Trường hợp đặc biệt: người làm những việc cực ác, sau khi vừa chấm dứt thân mạng, lập tức nhận thân trung ấm[1]. Cũng có trường hợp thân trung ấm tồn tại rất lâu, trong hàng triệu kiếp (không đơn giản chỉ là 1,2 ngày). Bởi, theo nguyên lý duyên sinh duyên diệt, khi chưa đủ duyên thì chưa sinh. Đó là cảnh giới của ma. Nó tồn tại rất lâu và ít nhiều cũng chi phối đời sống của con người.

---

[1] Thân trung ấm đen như cột nhà cháy, như một đứa bé độ chừng 5-6 tuổi, thân thể đen thui, dáng đi chúi đầu ra phía trước, đi thẳng vào trong địa ngục để chịu quả báo đau khổ.

2. Các câu chuyện lý giải về Cận tử nghiệp

2.1. Bà lão Chiên Đà La và câu chuyện về Cận tử nghiệp

Xã hội Ấn Độ có bốn giai cấp lớn: Bà La Môn, Sát Đế Lợi, Vệ Xá, Thủ Đà La. Còn có một cái giai cấp rất thấp, ít khi được nhắc tới: giai cấp Chiên Đà La-giai cấp mạt hạng nhất. Giai cấp này chuyên làm nghề hót phân.

Một bà lão thuộc giai cấp Chiên Đà La chống gậy đi ngoài đường, bà không dám ngẩng đầu lên nhìn ai. Thân thể bà hôi hám, dơ bẩn nên gần tới ai thì bà tự tránh hoặc người ta tránh bà trước. Hôm đó, Đức Thế Tôn dậy sớm, ngài quán chiếu căn duyên và thấy rằng có duyên với một bà lão thuộc giai cấp Chiên Đà La. Đức Phật thấy cần phải hóa độ bà, giúp bà có phước sinh lên các cõi Trời.

Đức Phật ôm bình bát đi khất thực, Tôn giả Mục Kiền Liên cùng đi cạnh Ngài. Khi vào thành Vương Xá, thấy có bà lão cứ cặm cụi đi. Đức Phật muốn bà chiêm ngưỡng Ngài, nhưng bà không dám ngẩng đầu lên. Tôn giả Mục Kiền Liên thấy và biết ý của đạo sư Thích Ca Mâu Ni, nói: "Lễ chân đức Phật Gotama. Vì xót thương cho số phận bà. Giác giả tối cao danh tiếng rộng. Đứng ngay trước mặt bà". Tôn giả Mục Kiền Liên nhắc nhở bà lão: *Hãy hướng tâm đầy đủ thiện duyên tới ngài La Hán bậc an nhiên. Mau mau đảnh lễ hai tay chắp. Vì mạng sống kia chẳng được bền.*

Bài kệ cho thấy nhiều thông tin: 1/ khi lễ Phật, nên lễ với đầy đủ thiện duyên (tâm lành, tâm an nhiên); 2/ đức Phật là một vị A la hán chính đẳng chính giác (khác với A la hán vô sinh). Ngài là bậc an nhiên; 3/ hãy mau đảnh lễ và chắp tay cầu nguyện, vì mạng sống vô thường, nhanh chóng và 4/ còn có một ý nữa, đó là: mạng sống của bà đã sắp hết rồi.

Bà lão là một người thuộc giai cấp thấp hèn trong xã hội Ấn Độ; Đức Thích Ca-một đấng tôn kính trong ba cõi, lại nhớ tới bà, thương bà. Điều này cho thấy trong Phật pháp, khả năng giác ngộ của chúng sinh là không có giới hạn, không phân biệt giai cấp. Con người hễ đủ duyên thì giác ngộ.

Bà lão nghe vậy mừng lắm, bà rất xúc động và lạy sát dưới chân Phật. Đức Phật nói: "Như thế đã đủ rồi. *Tu nhất kiếp ngộ nhất thời*. Chỉ cần một lòng chí thành là đủ rồi và như thế cũng đủ rồi". Quả nhiên, đến nửa đêm hôm đó, bà lão trút hơi thở cuối cùng, thần thức của bà sinh thẳng lên Hoá lạc thiên[1].

Câu chuyện này cho chúng ta thông tin về Cận tử nghiệp, cũng chỉ cho biết về thần lực gia hộ của Phật là bất khả tư nghì. Chúng ta được gặp Phật, được lễ Phật, được nghe danh hiệu của Phật, được chiêm bái tượng Phật trong những lúc cuối đời, trước khi chết, phúc đức thật vô lượng vô biên.

Cận tử nghiệp là nghiệp lúc gần chết. Có thể minh họa bằng hình ảnh sau: không biết trong thùng kia chứa chất nước gì, nhưng chỉ cần nhỏ một giọt dầu lên, thì giọt dầu sẽ phủ, che hết những phần bên dưới. Tâm chúng ta như một cái kho, trước khi chết gieo duyên gì thì duyên đó sẽ tích luỹ (nổi lên) ở trên tâm và quyết định rất lớn trong việc tái sinh.

2.2. Tôn giả Ma Ha Ca Diếp và câu chuyện về Cận tử nghiệp

Tôn giả Ma Ha Ca Diếp đã dùng pháp nhập diệt tận định; đức Phật Thích Ca Mâu Ni sử dụng pháp vô tưởng định. Dùng vô tưởng định sẽ không cảm nhận thấy đau đớn thân xác.

---

[1] Hoá lạc thiên: với nghĩa "niềm vui sẽ hoá hiện ra theo ý nguyện", chỉ cõi Trời mà người sống ở đó muốn gì có đấy.

Ngày trước, Thầy bị cái que găm vào lòng bàn tay, đến bác sĩ khám, Thầy đã phải dùng phép vô tưởng định để không cảm thấy đau và bác sĩ đã mổ lấy que ra. Đặc biệt, khi hấp hối, dùng vô tưởng định có thể chế ngự những cơn đau đớn trên thân xác và an nhiên niệm Phật. Tuy nhiên, vô tưởng định cũng có một tác hại, vì: nếu không khéo, khi nhập định, thấy an ổn, thoải mái quá thì lại ở luôn trong vô tưởng định. Nếu chẳng may chết ngay lúc đó, sẽ đi vào vô tưởng thiên (là đệ tử của Ma Ba Tuần).

Diệt tận định là cảnh giới giải thoát bất khả tư nghì của một vị A la hán. Có những chúng sinh trong đời sống hiện tiền không nhập nổi diệt tận định; nhưng ở trong thân trung ấm, đủ duyên, lại nhập được.

Ma Ha Ca Diếp nhập định trong thiền thất tại khu vườn Trúc Lâm. Sau khi rời khỏi diệt tận định, xả thiền bảy ngày, và bắt đầu quán chiếu, Ngài nói: "Hôm nay chẳng biết ai là người mà ta sẽ ban ơn cho họ bằng cách ta nhận thức ăn hiến cúng từ họ[1]". Khi rời khỏi vườn, ngài trông thấy một phụ nữ. Ba kiếp trước, người phụ nữ này là mẹ của ngài. Nhưng trong nhân duyên, người mẹ này không muốn tu hành, rồi bị đoạ lạc, sinh vào gia đình của một người bị nạn dịch tả. Mọi người trong gia đình tự nhiên bị tiêu chảy, chỉ trong vòng một đêm mà bị chết hết, riêng cô không bị. Cô rất sợ hãi và bỏ xứ đi. Vì đi vội nên không mang theo đồ đạc gì, mặc dù gia sản rất giàu sang. Kẻ qua người lại thương tình, cho cô chút cơm thừa canh cặn để sống qua ngày. Tôn giả Ma Ha Ca Diếp đích thân đến tìm cô.

Ma Ha Ca Diếp đến gần chỗ cô gái. Cô thấy ngài thật oai đức, thật cao trọng. Cô phải làm thế nào để cúng dường

---

[1] Bậc A la hán nghĩ: nhận thức ăn của người khác tức là họ gieo phước điền cho người đó; và không dễ dàng gì mà họ nhận.

Ngài? Không có gì xứng đáng để cúng, nên cô gái dừng lại (không nghĩ đến việc cúng dường nữa). Thấy vậy, Ma Ha Ca Diếp liền bước theo. Cô hiểu rằng: Ngài muốn nhận sự cúng dường của cô; và cô quỳ xuống dâng cúng Ngài miếng cơm cháy mà mình xin được. Sau khi thọ dụng, Ngài nói: "Ta nguyện đem công đức này hồi hướng cho cô được thành tựu quả vị thánh thiện, được hoá sinh ở cõi trời Hoá Lạc".

Quả nhiên, dâng cúng xong, ngay trong đêm đó, mạng sống của cô chấm dứt và thần thức của cô cũng sinh thẳng lên Hoá lạc thiên. Câu chuyện này được ghi rõ tại Phẩm Thiên sự trong *Kinh Tạng Pali*-bản kinh Phật giáo cổ nhất, nguyên thủy nhất. Vậy nên, đừng nói: làm gì có cận tử nghiệp? làm sao được sinh cõi này, cõi kia? Kinh sách nào nói? Đừng nói như vậy.

2.3. Bà lão thành Xá Vệ và câu chuyện về Cận tử nghiệp

Bà lão ở thành Xá Vệ làm nghề gánh nước mướn. Bà nghĩ bụng, hôm nay tới ngày đức Thế Tôn sẽ đi khất thực sang hướng này và bà muốn cúng dường Ngài. Bà làm thức ăn thịnh soạn và để sẵn ở chỗ mà đức Thế Tôn thường thọ thực (mỗi khi có người cúng dường, thường đặt ở một nơi quy định sẵn).

Đức Phật đến nhà bà cụ, nhưng bà không có nhà. Đức Phật nhìn thấy có thức ăn bày sẵn rồi. Lúc sau, bà lão đi gánh nước về, bà bạch đức Thế Tôn: "Con đã chuẩn bị thực phẩm sẵn rồi, đức Thế Tôn đã thọ trai chưa?", Phật nói: "Được rồi, ta sẽ nhận". Theo phong cách của một người xuất gia nương theo Phật để học pháp, mặc dầu để đó, biết rằng người ta để cho mình, nhưng chưa mời thì mình cũng chưa ăn. Bà lão hiểu ra: do mình chưa dâng cúng thực sự bằng phép tắc, nên Phật chưa nhận. Bà bỏ gánh nước xuống, đảnh lễ và cung kính dâng cúng cho đức Phật.

Sau bữa dâng cúng đó, bà mắc bệnh, không làm việc được. Ba ngày sau, bà mất. Hôm đó, đức Phật đang ngồi thuyết pháp, ngài Mục Kiền Liên từ trên cõi trời thứ 33, trở về thế gian, nói: "Bạch đức Thế Tôn! Hôm nay con trông thấy một thiên nữ oai đức tự tại vô cùng, ngay cả bậc giác ngộ cũng khó mô tả hết được cái oai đức của vị thiên nữ này. Chẳng biết vì sao ở cõi trời lại có một thiên nữ mà phước báo lớn như vậy?" Đức Thế Tôn bèn nói với đại chúng: "Thiên nữ đó chẳng phải ai xa lạ, chính là bà lão gánh nước ở thành Xá Vệ".

Chỉ nhờ một bữa ăn cúng dường thanh tịnh lên đức Phật, công đức cuối đời của bà viên mãn tới mức trở thành thiên nữ nơi cõi trời 33. Vậy nên, chúng ta tuyệt đối không được coi thường cận tử nghiệp của mình. Hàng ngày, cần tập thói quen cúng dường hương hoa, cúng dường nước cho đức Phật, tưởng nhớ đức Phật. Bởi không biết Cận tử nghiệp đến với chúng ta lúc nào.

2.4. Con khỉ, con cóc và cõi trời Hoá lạc thiên

Câu chuyện về Cận tử nghiệp liên quan đến việc đức Phật chứng kiến cảnh Tăng đoàn chia rẽ, bè phái, làm cho Phật pháp suy tàn. Đức Phật can ngăn nhưng các ngài không nghe. "Bạch đức Thế Tôn, chuyện này quá nhỏ, để cho chúng con tự lo, Ngài nên nghỉ ngơi đi". Và rồi, gặp duyên an cư kiết hạ, Ngài bỏ lên rừng, ngồi an cư một mình. Con voi chúa chẳng sai khiến được đàn voi con, buồn quá, bỏ đàn đi lang thang và gặp đức Phật; Con khỉ chúa thấy đàn khỉ con không nghe lời và liền bỏ đàn khỉ con, đi lang thang và cũng gặp đức Phật. Gọi là ba nhà tư tưởng lớn gặp nhau. Con khỉ đi hái trái cây dâng cúng cho đức Phật trong ba tháng, con voi thì đi múc nước. Tối đến, nó quạt muỗi mòng để cho Phật nghỉ. Đức Phật đã an trú trên rừng suốt mùa an cư kiết hạ. Đây có phải là đức Phật hết sức cô đơn giữa muôn ngàn đệ tử? Đây là những điều mà chúng ta phải tự chiêm nghiệm lại mình để phát tâm tu hành.

Sau khi chư Tăng hoá giải, dàn hoà đã lên thỉnh Phật về. Lúc đó Phật mới hứa khả trở về, tổ chức lại Tăng đoàn. Con khỉ đang ở trên cây mừng lắm, nó quên nắm cành cây, thả tay rơi xuống, đè lên con cóc. Con cóc chết và con khỉ cũng chết luôn. Đại chúng thấy lạ, bạch đức Thế Tôn: con khỉ lạ quá! Tại sao nghe Tăng đoàn hoà thuận, đức Thế Tôn quyết định xuống núi nó mừng quá tới mức như vậy? Phật nói "tứ chúng hoà hợp, đồng tu. Đây là cảnh giới phước lạc mà bất cứ chúng sinh nào cũng đều hoan hỷ, cũng đều mừng rỡ và con khỉ cũng vậy". Con khỉ và con cóc sau khi chết sẽ đi đâu? Đức Phật nói: "con khỉ với cái phước hoan hỷ, thanh tịnh khi thấy Tăng chúng hoà hợp và con cóc cũng rất hân hoan khi thấy giáo pháp được thanh tịnh. Tất cả đều sinh về cõi trời Hoá lạc thiên".

2.5. Vợ vua Vu Điền và câu chuyện về Cận tử nghiệp

Thời Phật tại thế, có một người thuộc giai cấp Bà la môn quý trọng, tên là Cát Tinh. Ông sinh ra ba cô con gái. Con gái út 16 tuổi, đẹp như thiên thần. Biết bao nhiêu chàng trai muốn lấy cô làm vợ. Nhưng ông thấy chẳng ai xứng đáng với con gái ông. Một hôm, ông nằm và khởi lên một tà kiến, rằng: "Chỉ có Sa môn Gotama mới xứng đáng là chồng của con mình. Sa môn có đức hạnh sáng ngời, đời sống trong sáng như thiên thần và vang danh khắp chốn. Con mình mới là người xứng đáng nâng khăn sửa túi cho Sa môn Gotama". Ông dắt con gái đến trước mặt Sa môn Gotama, nói: "Này Sa môn Gotama! Ta có một người con gái đẹp như thiên thần, bao nhiêu chàng trai đã đến kén làm vợ, nhưng ta từ chối. Hôm nay ta tình nguyện cho con ta được theo ngài để nâng khăn sửa túi cho Ngài. Chỉ có Ngài mới xứng đáng làm chồng của con gái ta". Đức Phật nói: "Thân thể tứ đại giống y như đẫy da chứa đựng không biết bao nhiêu thứ hôi thối bên trong. Thân Sa môn của ta tự lo một mình đã không nổi, giờ còn đèo bòng thêm một cái thân dơ bẩn nữa thì ta chẳng biết làm sao". Ông ta rất tự ái, cho rằng: ông có lòng thành và ông đã bị xỉ nhục. Ông lập tức đem con gái tới dâng cho nhà vua. Vua Vu Điền say đắm người con gái này, nhưng vẫn kính trọng người vợ cả (bà là bậc mẫu nghi trong thiên hạ). Cô gái sinh tâm ganh tỵ, và cố tìm lỗi của bà. Một hôm, đúng ngày Hoàng hậu thọ Bát quan trai giới, cô cố bày ra những tiệc vui và nhờ nhà vua mời Hoàng hậu dự tiệc. Nhà vua rất vui, cho người mời Hoàng hậu. Hoàng hậu không phục tùng. Cô đã đặt điều sàm tấu khiến vua Vu Điền nổi giận, ra lệnh xử bắn bà. Nhà vua tự thân giương cung bắn. Nhưng khi bắn, mũi tên không bay đến người Hoàng hậu mà bay ngược lại vào cái nỏ. Cả ba mũi đều vậy. Nhà vua kinh hãi, biết rằng vợ mình không phải là người bình thường. Ngài đã đến sám hối với vợ, tìm hiểu nguyên do. Bà nói: "Lúc đó, thiếp chỉ một lòng nhiếp tâm vào Phật, vào giới mà Phật đã truyền thọ. Các việc khác, thiếp hoàn toàn không có để ý tới; cũng không hề biết có một mũi tên bay tới mình". Mới thấy: tâm lực, thần lực, sự gia bị của Phật thật màu nhiệm!

Cuối cùng, cô con gái của Cát Tinh bị nhà vua đày đến một vùng biên địa hạ tiện. Nhà vua đến xin quy y Phật và thọ giới của Phật. Khi Hoàng hậu qua đời, với công đức thọ Bát quan trai, Phật nói rằng: người phụ nữ này sẽ sinh làm thiên chúng cõi trời thứ 33, có những phúc đức hơn người.

2.6. Thầy Nhuận Hảo và các ký ức về nghiệp

Một cảnh giới Cận tử nghiệp có thật tại Tu viện Nguyên Thiều. Thầy Nhuận Hảo khi chưa đi tu đã năm bảy lần đổ vỡ tình cảm. Gần ba chục tuổi mới xuất gia. Nhận ra sự phù phiếm, tầm thường của thế gian nên phát tâm xuất gia học đạo. Một mực tu hành tinh tấn và giới đức trang nghiêm. Bao nhiêu tiền tích góp khi thiếu thời đem gửi cho bản sư. Vị bản sư không tốt, sài hết số tiền đó. Nhưng thầy Nhuận Hảo cũng không trách cứ gì, vẫn hoan hỷ tinh tấn tu hành.

Khoảng 10 năm sau, phát hiện mình bị bệnh ung thư gan, vì không muốn thọ ơn của chúng sinh nữa, thầy quyết định để yên không chữa bệnh, sám hối cầu giải thoát. Biết mình không thể qua khỏi, thầy đã nhờ Hoà thượng Quảng Bửu hộ niệm cho. Nhưng niệm tới ba tiếng đồng hồ mà vẫn chưa chết. Thấy mắt của thầy Nhuận Hảo còn rất lanh lẹ, Hoà thượng quyết định dừng hộ niệm.

Khoảng năm bảy ngày sau, Hoà thượng bị bệnh, cần đi Sài Gòn chữa trị, thầy Nhuận Hảo trở bệnh. Lúc đó, tăng chúng chẳng biết phải làm gì. Trong lúc đau đớn quằn quại, cứ thấy những cảnh đang ân ái với các cô gái, rồi cười, nói giỡn, rồi lại thèm ăn thịt, thèm giết con này, xào nướng con kia. Những việc làm lúc chưa đi tu, nay hiện lên hết. Như vậy, Cận tử nghiệp không đơn giản chỉ là những nghiệp làm ở hiện tại, mà còn là những nghiệp được hiện lên trong tự tâm, trong suốt cuộc đời mình. Cận tử nghiệp đến từ trong cuộc sống và trong ký ức của chúng ta. Nó nguy hiểm vô cùng và có sức quyết định rất lớn trong việc chúng ta tái sinh về đâu.

3. Biểu hiện của Cận tử nghiệp

Cận tử nghiệp là gì? Là nghiệp cuối đời của con người. Nghiệp này hình thành do sự phát khởi của nội tâm, hoặc hướng tới điều thiện hoặc hướng tới cái ác. Nghiệp này biểu hiện từ những việc làm gần nhất, cũng có thể là những việc mà chúng ta đã làm trong suốt cuộc đời. Nhìn trên gương mặt người chết sẽ biết được Cận tử nghiệp của họ là gì? có người sợ hãi, có người méo miệng, có người thè lưỡi, có người lồi mắt, có người có trạng thái hãi hùng dễ sợ, nhưng có người lại rất an nhiên. Có người lại chuyển biến từ trạng thái này sang trạng thái kia: có khi đang an lành, chuyển thành sợ hãi, rồi la lên; có khi ở trong sợ hãi lại trở về với tĩnh lặng, tư duy. Diễn biến của nó thường mạnh nhất trong 8 giờ đồng hồ trước khi chết; đặc biệt, trước khi chết 2 giờ đồng hồ thì cực kỳ mạnh và nhanh chóng. Cần tìm hiểu kỹ những điều này để tháo gỡ những mắc kẹt của họ. Các biểu hiện cụ thể của Cận tử nghiệp:

Biểu hiện thứ nhất: vầng sáng trên trán thu lại. Với chư thiên thì biểu hiện ở hoa trên đầu bị héo. Lên được đến cõi trời thì không còn sân (vì các cõi trời được hình thành từ trong định, nên không có sân). Một khi chư thiên cõi trời buồn phiền, bứt dứt, nóng nảy, niệm sân khởi lên thì họ sẽ không ngồi im một chỗ được, và rồi, năm tướng bị suy hao. Năm tướng suy hao thì mạng sống sẽ kết thúc. Lúc đó, hoa trên đầu chư thiên bị héo. Mọi người đều có vầng trán sáng. Vầng trán tối lại báo hiệu thọ mạng, phước sống của họ đã thu lại (tối này không giống như lấy nhọ bôi lên trán; cũng không giống như người bị ung thư). Da người sắp mất sần sùi, đen thui, trán bị tối.

Xin minh họa: Một hôm, Thầy đứng bên thầy trụ trì trên lầu chùa Giác Hoa, nói: "Thưa thầy, con thấy trán của vị thầy đi qua đi lại dưới kia tối dữ quá, không biết có việc gì không" Thầy trụ trì cười, nói: "Ừ, cái trán tối thật". Ngày sau, vị thầy đó đi ăn giỗ tại một ngôi chùa ở Bà Rịa, Vũng Tàu. Lúc về, vị thầy đó ngồi sau một chiếc xe Honda do ông thầy khác lái. Đèn pha của xe chạy ngược chiều chiếu vào mắt, không thấy đường, chẹt vào hòn đá ở trên đường, ngã, đập đầu xuống đất và chết ngay tại chỗ. Rõ ràng, vị thầy đó, ngay hôm trước, sức khỏe bình thường, nhưng nhìn thấy vầng sáng ở trán đã thu lại. Vầng sáng ở trán thu lại biểu thị thọ mạng đã thu lại rồi.

Biểu hiện thứ hai: thân thể hôi hám dễ sợ, không giống với mùi hôi do ở bẩn lâu ngày không tắm, cũng khác lạ so với mùi mồ hôi thường ngày trên thân họ. Mùi hôi thật khó tả. Mùi thum thủm. Biểu hiện của da: da người sắp mất dính vào áo. Thân của họ lúc đó không còn sức lực; đặc biệt, họ không yên ổn, cứ lo lắng về cái gì đó, tâm của họ hoàn toàn không trụ được, cứ sợ hãi, lo lắng. Đó là những biểu hiện của Cận tử nghiệp: đã bắt đầu đi vào phần tan rã của tứ đại.

4. Năm loại khí trong thân người

Bốn đại cùng ở trên thân chúng ta, nhưng lại thường xung khắc và chống trái nhau (*tương vi bội*): Lửa nhiều thì nước khô, nước nhiều thì lửa tắt; Đất nhiều thì nước không chảy nổi, mà nước nhiều thì đất rã rời. Do sự tương khắc vậy, thân thể chúng ta rất dễ đi vào chỗ bệnh tật. Có 5 loại khí căn bản trong thân người.

Loại thứ nhất: khí trợ sinh, khí trụ ở trên tim. Trạng thái thô thiển của khí này là hơi thở hít vào, hơi thở ra. Khi hít vào, không khí đi vào trong phổi và tạo ra sự trao đổi giữa khí oxy và cacbonnic. Khí đó đi thẳng lên tim. Từ tim, có 20 sợi nguyên khí đưa về đan điền (tại rốn), tiếp tục, đi luân lưu khắp cơ thể và trở về tim. Từ tim dẫn sang phổi. Đó là trạng thái nguyên khí. Người học về khinh công, học về nguyên khí, nhất là những người trong ngành đông y biết rất rõ về khí trợ sinh. Trong võ thuật, đánh vào đan điền thì hết thuốc chữa; Hoặc là, trên thân người có 108 huyệt, trong đó có một huyệt di động (huyệt này chạy qua 24 điểm trên cơ thể, mỗi giờ ở một điểm khác nhau). Chỉ cần đánh trúng huyệt đó, thì người ta sẽ tự chết.

Ngày trước, ở Bình Định, Dương Kiến Mỹ và Hồ Ngạnh là hai võ sư nổi tiếng, ngang tài nhau. Hai ông đánh nhau bảy ngày đêm bất phân thắng bại. Hồ Ngạnh nói: "muốn đánh Dương Kiến Mỹ thì chỉ có thể dùng trí, không thể dùng võ". Vì không thể nào đánh thắng ông ta, nên nghĩ cách lấy vỏ chuối ướt trộn với nhọ nồi. Khi cầm roi đánh, thì lấy cát ném vào xem trên mình của ông có dính chút nhọ nào không? Ném hết cát mà không có chút xíu nhọ nào trên thân của ông, đủ thấy trình độ võ nghệ cao cường, có thể tự vệ cho bản thân.

Đến khi ông già, một chàng thanh niên hung hăng, cho rằng ông già rồi nên coi thường và thách đố với ông. Ông đi ngang qua lấy chân khèo một cái, rồi về. Anh chàng võ sĩ này về bị bệnh, nằm im một chỗ. Gần mười ngày sau, bắt đầu thấy cơ thể nguy kiệt, chạy chữa không giảm, không thuốc gì chữa được. Biết mình sắp chết, chạy đến Hồ Ngạnh thưa: "Không biết con bị làm sao?". Hồ Ngạnh bắt mạch, giật mình nói: "Có phải bị Dương Kiến Mỹ đánh không?", "Dạ thưa thầy, con đâu có bị đánh, con có đi ngang ông Dương Kiến Mỹ", "Ông ta có đụng vào con không?", "Dạ có, con đi ngang, ông ấy khèo con một cái thôi, chứ có đánh gì đâu".

Hồ Ngạnh nói: "Con phải tới trước cửa nhà ông, con quỳ dưới chân ông, cứ thế mà lạy và xin ông cứu giùm, thì mới còn đường sống. Nếu không con sẽ chết, ta không thể cứu được". Lúc ấy, anh chàng võ sĩ kia chỉ còn cách đến lạy ông Kiến Mỹ. Ông Kiến Mỹ nói: "Tôi đâu có làm gì cậu, tôi già rồi. Nếu như có lỡ đụng, tôi xin lỗi, tôi không biết gì hết, đừng đổ oan cho tôi". Anh chàng võ sĩ cứ lạy hoài, lạy từ sáng tới trưa. Ông mới nói: "Biết sợ chưa?" Trong lúc quỳ như thế, ông đi ngang qua, khèo chân một cái, nói: "Đứng lên! Đi về đi! Bớt rồi".

Câu chuyện trên cho thấy rõ về nguyên khí trong thân của con người. Khí bế tắc thì người sẽ chết. Khí tụ ở đan điền, ở tim. Khi khí bị nghẽn ở tim, cơ thể sẽ suy kiệt dần dần cho đến khi chết. Khí trên tim là khí thô. Thiền học dạy con người luyện tập điều hoà hơi thở. Ngài Mục Liên Đế Tu-đệ tử của đức Phật, nhờ ngồi thiền điều hoà hơi thở mà có thể ngồi 200 năm trong rừng[1]. Suốt 200 năm đó, thân thể lấy gì để sống? Lấy nguyên khí từ những lỗ chân lông và hít thở khí của vũ trụ mà tồn tại. Nó có năng lực thu hút tất cả năng lực tồn tại của vũ trụ. Khi nào vũ trụ hủy diệt thì thân thể mới bị diệt (do không còn năng lượng cung cấp cho nó nữa). Cho nên, không phải tự nhiên mà đức Phật nói A la hán có thọ mạng ngang bằng với trời đất. Sự thần thông của các vị A la hán mà đức Phật nói đến đó, thực ra, chính từ có khí này mà ra.

Trở lại vấn đề, khí trên đầu tim gọi là **khí thô**; khí do ợ hơi, khạc nhổ, hít thở, là toàn bộ khí trên tim, còn gọi là **khí trợ sinh**. Khi khí trợ sinh có vấn đề thì con người sẽ chết. Khi sắp chết thì có mùi tử khí (giống như mùi con chuột hay con cóc chết mà ủ kỹ lại đó) bốc lên một chút xíu.

Kinh nghiệm, ngày trước khi bản sư Thầy ốm nặng, lúc đưa đi chữa bệnh thì thấy có mùi tử khí tỏa ra. Thầy nói với anh em: "Thầy mình, tử khí đã toát ra rồi, nếu chữa được, có sống thì cũng phải nằm đó 10 năm. Nếu như nó tỏa ra một lần nữa thì không thể cứu được". Quả nhiên, mấy tiếng đồng hồ sau thấy tỏa ra mùi tử khí lần nữa. Vậy là bản sư mất. Có vài Phật tử buồn, hỏi "Sao Thầy nói quả quyết?". "Có gì đâu, kinh nghiệm thôi, chứ không có gì hết". Một điều chắc chắn:

---

[1] Ngài là đệ tử đương thời của đức Phật, vì thấy mọi người hiểu sai lời Phật, nên Ngài đã vận động cuộc kết tập kinh điển lần thứ hai (sau khi đức Phật nhập Niết bàn).

tử khí toát ra lần thứ hai thì người sẽ chết. Không thể cứu vãn nổi. Nếu có hơi thở ra vào, thì chỉ là tàn nghiệp một chút thôi.

Khí điều khiển từ hơi thở, nằm trên đầu cuống tim. Nó rất quan trọng để biết người đó sẽ tái sinh về đâu.

Loại khí thứ hai: khí chuyển nhượng. Khí này nằm tại lồng ngực, vận hành qua cổ họng và miệng. Khí chuyển nhượng điều khiển việc nuốt thức ăn, tiết nước bọt, điều khiển các khớp xương, điều khiển lời nói. Khí chuyển nhượng dừng thì không nuốt được nước bọt, cũng không ăn được nữa. Tây y thường nói dùng lực để nuốt. Thực ra, nếu không có khí chuyển nhượng vận hành thì lực (nuốt) đứng yên một chỗ. Cũng giống như nếu không có khí vận hành thì bốn mùa vũ trụ đứng yên. Bốn mùa đứng yên, thì không có mưa nắng. Không có mưa nắng thì mọi thứ đứng yên và con người cũng sẽ chết. Đấy chính là khí chuyển nhượng.

Loại khí thứ ba: khí toàn thân. Khí toàn thân trụ giữa đỉnh đầu, có chức năng tác động khiến cho con người có thể cúi, co gập người, co duỗi tứ chi, khép mở miệng, mí mắt. Như vậy, có 3 loại khí: khí tồn tại trên đỉnh đầu, trên tim và giữa lồng ngực. Khi phá được khí toàn thân thì tứ chi không còn sức lực nữa.

Loại khí thứ tư: hỏa khí. Là loại khí hòa hợp. Hỏa khí trụ ở tầng thứ ba của dạ dày (còn gọi đan điền). Hỏa khí chi phối sự vận hành của lục phủ, ngũ tạng. Nếu hỏa khí bị trệ thì chúng ta ăn không tiêu. Khi thức ăn nằm im sẽ sinh độc tố và sẽ phải chịu đau đớn quần quại để thải độc tố ra. Nếu thức ăn nằm in không tiêu thì sẽ chết.

Loại khí thứ năm: khí chuyển hạ. Khí chuyển hạ trụ tại bụng dưới (đan điền). Khí chuyển hạ di chuyển trong dạ con của người phụ nữ hay di chuyển trong bộ phận sinh dục (hoặc bàng quang) của nam giới. Khí chuyển hạ điều khiển việc tiểu tiện, đại tiện và kinh nguyệt của người phụ nữ. Đây là khí tử đan điền.

Như vậy, có năm loại khí trong thân người. Nếu năm loại khí này có vấn đề một chút xíu thì cơ thể của chúng ta sẽ khác.

5. Các trạng thái biến hoại của thân người

Sự tan rã của tứ đại có sự tương tác với nhau. Đầu tiên là tan rã của địa đại. Cũng chưa hẳn địa đại sẽ tan rã trước: trong tứ đại, đại nào yếu thì sẽ hư trước và khi một đại hư thì những đại khác cũng theo đó mà hư hoại.

Trường hợp người đang nằm ngủ bên cửa sổ tự nhiên chết (nói là do bị trúng gió mà chết); hoặc có người đang tắm bị ngã xuống nền nhà tắm (chấn thương sọ não chết). Đó là do địa đại của họ bị rã ra, không trụ giữ được thân nên ngã xuống. Khoa học nói do chấn thương (bởi thấy trong đầu có máu chảy, tức xuất huyết não). Khi địa đại rã ra, mạnh máu và những phần lưu chuyển của chất lỏng trong cơ thể không giữ được. Trong ruột xuất hiện vi khuẩn. Không có cách nào chặn nổi sự phát triển của vi khuẩn dẫn đến mạng chung. Chết vì ung thư ruột. Y khoa nói ung thư giai đoạn cuối; nhưng lại không biết giai đoạn 1, giai đoạn 2 là gì. Thực ra, do địa đại rã, các chất biến đổi, dẫn đến tình trạng như vậy.

5.1. Địa đại tan rã

Dấu hiệu của địa đại rã: thân thể bắt đầu gầy ốm, tứ chi lỏng lẻo, làn da không còn bóng láng nữa, thân thể nặng xuống, cảm thấy như bị đè nặng xuống, không đi nổi nữa. Địa đại đứng trên cơ sở của sắc uẩn; thọ tưởng hành thức thì thuộc về sắc uẩn.

Biểu hiện khác: thị lực giảm, đại viên kính trí[1] mơ hồ, không phân biệt rõ được. Đôi mắt thấy có ảo giác, không phân biệt rõ màu sắc, hình dạng. Có khi thấy mấy con gián bò đầy giường; hoặc thấy cha mẹ về rủ mình đi; hoặc thấy bị chó đuổi, cọp đuổi; hoặc thấy sợ hãi…đây là biểu hiện của địa đại tan rã. Mọi người không hiểu cảnh giới này thì lại nói: "Ồ ồ... Nam mô A Di Đà Phật! Hóa giải oan gia trái chủ". Oan gia trái chủ ở đâu mà hóa? Ảo giác tự sinh ra. Không tìm cách giúp họ giải thoát khỏi ảo giác đó, lại nói "oan gia trái chủ". Thật sai lầm (!)

Nhận thức rõ được những biểu hiện tan rã củ địa đại sẽ rất cần thiết, rất quan trọng khi hộ niệm.

Người chết không nhất định phải tan rã từ địa đại trước. Con người được hình thành từ tứ đại, do duyên của tứ đại mà hòa hợp, nếu một đại nào bị hư trước, ba đại còn lại bị mất cân bằng. Mất cân bằng dẫn tới mất mạng.

Xin lấy một vài dẫn chứng: 1/ Có cô nằm ngủ ở bên cửa sổ, có lẽ do gió lạnh, rồi cô ngủ luôn và không bao giờ trở dậy nữa. Trường hợp này, không phải chết do địa đại suy kiệt, cũng không phải chết do già yếu. Có thể do bị hư từ hỏa đại, tức là hơi ấm trong người bị như thế nào đó rồi suy tàn; 2/ Hoặc có người đang đứng trong nhà tắm tự nhiên bị nhiễm lạnh, ngã quỵ xuống, đụng đầu vào bờ tường. Bác sĩ nói bị chấn thương sọ não? Thực ra, người này bị hư từ hỏa đại rồi ngã xuống, không phải chết do chấn thương sọ não; 3/ Lại có người đang đi trên đường ngã quỵ xuống, xe đi tới và cán chết. Mọi người nói: chết do đụng xe. Nhưng thực ra, dị thục

---

[1] Đại viên kính trí (Adarsa-jnana) chỉ cho trí tuệ của Phật. Trí Phật biết hết thảy các pháp một cách như thực, giống như tấm gương tròn lớn có khả năng ảnh hiện tất cả hình tượng. Mật giáo gọi là trí Kim cương.

thức[1] của con người cứ 10 năm thay đổi một lần. Cảnh giới này rất phức tạp. Lúc đó, dị thục thức thay đổi: đang đi ngang qua đường thì ngã xuống và xe không kịp tránh. Người này chết đúng vào lúc họ vừa ngã xuống chứ không phải do xe cán. Theo hình tướng mà nhìn thì lại nghĩ họ chết do đụng xe.

Các trường hợp trên cho thấy, người chết không nhất thiết phải bắt đầu từ việc địa đại tan rã. Các biểu hiện dần tan rã của thân tứ đại: con người thường thường hay gầy đi hoặc là da dẻ không còn tươi nhuận nữa, nhất là vầng trán người đó trở lên tối om, ám hãm lại. Nếu để ý kỹ chúng ta sẽ biết được các biểu hiện này, hoàn toàn không phải là điều khó nhìn thấy. Khi địa đại tan rã, tâm họ thường sợ hãi. Đó là do họ không có định tâm. Một phần là do công phu của họ trong hiện đời không đủ.

5.2. Thủy đại tan rã

Biểu hiện bên ngoài: miệng khô, mồ hôi, nước tiểu, máu, các thể dịch đều khô cạn, cơ thể khô róc. Thấy miệng khô (nhìn thật lâu nhưng không thấy họ nuốt nước bọt) thì biết người này sắp đi rồi. Người hộ niệm phải biết điều này để niệm Phật, hộ niệm đúng lúc, đỡ mất hơi sức.

Khi thủy đại hủy thì người này không còn nghe được nữa, trong tai của họ cứ thấy ù ù vậy, họ hoàn toàn không nhận biết được tên cha tên mẹ hay tên của ai nữa. Khi đó, thần thức của họ không còn, cảm giác, cảm thọ (thọ uẩn) cũng không còn nữa. Mọi ảo giác, cảm giác về vui vẻ, đau khổ, về mọi thứ đều tan biến hết (nói cách khác, khổ, lạc và xả không còn tác dụng nữa).

---

[1] Tàng thức A-lại-gia là một chùm đủ loại hạt giống mà sự chín mùi của chúng có nhiều khác biệt, nên A-lại-gia có một tên khác là Dị thục thức.

Trong trạng thái thủy đại tan rã, họ hoàn toàn không còn cảm nhận từ thọ uẩn nữa (thọ uẩn không đem lại cho họ cái khổ nữa). Nhưng, họ vẫn còn khổ. Cái khổ này xuất ra từ tâm của họ: khổ vì những hạt giống của họ, vì nghiệp nhân mà họ gây ra trong hiện đời hoặc trong vô lượng kiếp từ quá khứ đến bây giờ. Tất cả cứ hiện lên: họ thấy ma, thấy quỷ, thấy này, thấy kia, thấy đủ thứ. Họ bắt đầu thấy khổ và không muốn chết. Họ cảm giác thân của họ giống như con trâu bị lột da, như có trăm ngàn mũi kim đâm trích trên cơ thể vậy. Đau đớn đến tột độ. Nhưng vì họ không đủ định lực để chế ngự cơn đau nên họ sân hận. Sân kéo dài, tới mức sức cùng lực kiệt, thì sẽ rơi vào cảnh giới của A tu la.

Trong trường hợp như thế, người hộ niệm cần phải làm thế nào? Lấy chút xíu nước, nhiếp tâm lại, nhìn vào trong ly nước, đọc câu chú biến thực, biến thủy và câu chú vãng sinh. Nhờ oai lực của mật chú, câu chú biến thực, biến thủy, vãng sinh được gia trì trong nước. Lấy nước đã trì chú đó thoa trên miệng của họ (nhớ lấy cục bông, tránh dùng tay, tại vì cọ sát gây ra đau đớn), rẩy chút xíu lên đầu, tim, lồng ngực, bụng và đan điền (năm trụ khí). Người sắp mất bắt đầu thấy mát mẻ. Công đức tu trì bắt đầu hiện ra. Hộ niệm có công đức như vậy, nhưng nếu để họ nổi sân, thì không biết họ sẽ đi đâu. Người hộ niệm cần biết rõ điểm này: chỉ cần có chút công đức họ sẽ được sinh các cõi trời; nhưng, đi lệch một chút khiến sân hận nổi lên, thì họ sẽ bị đọa sang cảnh giới của A tu la, của Ngã quỷ đói khát. Hai cảnh giới đó khác nhau một trời, một vực. Muốn câu chú này có năng lực thì phải thường trì tụng (không trì tụng thì dễ đọc nhầm, sẽ không có tác dụng).

Ở trong tự tính phân biệt, do sắc uẩn, mọi thứ tới cạn kiệt nên tai không còn nghe được nữa. Lỗ tai con người, bình thường thì khô, không có nước. Lỗ tai bùng bùng, có nước thì không nghe được. Khi thủy đại rút xuống thì tai không còn tác dụng, không nghe được âm thanh. Lúc đó cho dù có gào khóc thì người lâm chung cũng không nghe được. Tai không nghe nhưng họ vẫn biết (giống như người câm, chửi họ, họ vẫn biết). Lỗ tai tuy không nghe được, nhưng vẫn có thể cảm nhận được từ tâm.

Người lâm chung tuy tai không thể nghe được nhưng trong tự tâm có những diễn biến rất kỳ diệu. Lúc đó, nếu muốn truyền được âm thanh nào thì phải dùng sức mạnh của định lực và đi vào trong bốn thức mới truyền nổi; Hoặc là phải dùng đến sức gia trì của mười phương chư Phật. Khi thủy đại rút xuống, toàn thể thân của người này rã rời, họ chỉ thấy một màn khói. Chỉ nghe tiếng ù ù và một màn khói trắng phía trước: đó chính là chu kỳ thứ hai của sự tan rã.

Thủy đại tương tác với thọ uẩn, địa đại tương tác với sắc uẩn. Tức là sự tiếp xúc của nước tạo ra cảm giác (địa đại thì tạo ra hình dáng). Người sắp mất nhìn lại trong tự tâm mình, giống như đang xem một bộ phim quay chậm. Bộ phim này được lưu giữ từ nhỏ tới bây giờ. Đây chính là họ đang trên đường chết. Trong quá trình chết, tất cả những ký ức từ khi mới ra đời đến bây giờ đều hiện lên.

Hồi xưa, bản sư Thầy khi sắp qua đời, nhưng ngài không chấp nhận sự qua đời này. Thầy ngồi bên nói: "Thưa thầy, mấy việc thầy chưa làm, con phát nguyện làm giúp. Thầy cứ bình thản, thuận theo lẽ sinh diệt vô thường". Nghe vậy, bản sư Thầy buông tay ra, chảy nước mắt. Lúc bấy giờ nhìn thấy ở trên A lại da thức bắt đầu quay lại, và thế là tất cả những ký ức đều hiện lên: nhìn thấy gương mặt rất rạng rỡ, sau đó chau mày lại. Thầy nói: "tất cả đều là giả ảo, có gì đâu mà thầy chau mày?". Bản sư Thầy nghe vậy không chau mày nữa. Đó, diễn biến của A lại da rất rõ như vậy. Rồi từ từ mới cảm thấy sợ, mặt nhợt đi. Đó chính là biểu hiện của sắc uẩn phân tán. Thầy nhắc: "Thưa thầy, nó là sắc uẩn tạo những ảo giác, thầy không có gì phải sợ hãi hết".

Bản sư Thầy là một người tu hành nhiều năm, xuất gia từ lúc bảy tuổi. Cuộc sống xáo trộn của giáo hội, chùa chiền đã gây ra nhiều tổn thương trong lòng. Những tổn thương như vậy chắc chắn biến thành sắc uẩn. Sắc uẩn thì dựa trên tứ đại. Địa đại phân rã thì sắc uẩn phân tán, dẫn đến ảo giác sinh ra.

5.3. Hỏa đại tan rã

Hỏa đại chi phối mạnh nhất ở tầng thứ ba của bao tử. Khí hỏa đại có thể giúp tiêu hóa thức ăn. Người ăn không tiêu, y khoa nói bị lạnh ở tỳ, cho nên phải bổ sung chất nóng vào. Nếu tỳ bị nóng, lại ăn chất nóng vào, sẽ sinh hỏa nhiệt, không chịu nổi. Biểu hiện rõ nhất của hỏa đại tan rã, đó là không thể hấp thụ được thức ăn. Khi đó, thần thức của người này không còn biết gì nữa. Dưới đây là 2 trường hợp thực tế về việc tắt hơi thở nhưng chưa chết:

Một bà cụ chết, 4 tiếng sau, ông hàng xóm qua nhà để cùng mọi người lo hậu sự. Ông hàng xóm ngồi bên cạnh bà cụ, giả bộ hỏi: "Chị khỏe không?". Bà cụ nói: "Khỏe!". Thế rồi bà ngồi dậy. Mọi người đều kinh sợ không biết có chuyện gì xảy ra. Bà chết đã được bốn giờ đồng hồ? mọi thứ hòm, rương đều đã đem bày ra hết? Thực ra, bà đã tắt hơi thở nhưng Cận tử nghiệp chưa đến, bà chưa chết.

Hồi xưa, sư ông của thầy Trí Diệu mất được 4 tiếng đồng hồ. Quý thầy tới bày ra đủ thứ, chuẩn bị làm lễ tẩm liệm sớm để chôn. Lúc đó, một vị Hòa thượng, ngồi bên cạnh chuẩn bị thay đồ, tự nhiên nghe tiếng ngài nói: "Cho tao miếng nước". Vị thầy kia hết hồn, nói: "Ủa, thầy chết rồi sao còn xin nước?". Tuy vậy, vẫn đem nước lên cho ngài uống.

Ngài uống xong vội vàng đem hòm, rương cất đi. Ngài liền ngồi dậy, nói: "Có chỗ ngồi rồi, chỗ bên ngài A Nan. Trên hội Đâu Suất, nhưng giờ chưa có. Còn một tháng nữa, đúng ngày này tháng sau". Sau đó ngài sống rất tự tại, an nhiên như một vị Hòa thượng đắc đạo. Đúng một tháng sau, ngài qua đời vào ngày 16 tháng 4 (âm lịch).

Hai câu chuyện này cho thấy một điều: nhiều khi người ta đã tắt thở (tới 4 tiếng đồng hồ), thân người không còn hơi ấm nữa, nhưng chưa chắc họ đã chết.

Khi hỏa đại rã, họ không còn biết bất cứ điều gì. Cũng không còn thấy khói màu trắng nữa. Họ bắt đầu thấy một ngọn đèn (như ngọn đèn dầu) leo lét, hoặc thấy một ánh sáng le lói ở cuối tầng hầm. Những người khi sống làm việc ác thì lúc sắp chết thấy sấm sét, thấy tia sét xẹt xẹt, thấy kinh hãi; có cảm giác như sét đánh trúng thân của họ. Họ bắt đầu sợ, hãi hùng, há hốc mồm. Địa đại cứng rồi, thủy đại không còn vận hành; nhưng, sức ép của tâm kỳ diệu vô cùng, khiến cho gương mặt méo xệch, mũi méo, mắt lồi. Do sợ hãi quá sức nên có cảm giác như vậy.

Có một chuyện thế này: Một vị thầy bạn tu hành rất tinh tấn, chuyên pháp môn niệm Phật cầu vãng sinh. Hễ người nào gần chết, vị này đều ngồi bên cạnh để hộ niệm, cầu nguyện, niệm Phật, nhiều khi đến 10 tiếng, 12 tiếng, 16 tiếng. Rất tinh tấn, cần mẫn. Dân chúng đều kính trọng, quý mến. Khi thấy người được hộ niệm nghiêm cẩn như vậy, thân thể được mềm mại, tươi tắn, thì nói: cái chết của người đó tốt, chắc chắn được vãng sinh.

Vị thầy này nói chuyện vãng sinh đó với Thầy. Thầy nói: "Biểu hiện như thế chưa chắc đã là vãng sinh. Chỉ có thể nói: đó là cái chết an lành, bởi có người hộ niệm và khi chết được nương theo hồng danh của Phật. Chuyện đi đâu? Về đâu? Lại tùy thuộc vào tâm và phước nghiệp của người chết. Nếu chỉ nhìn thấy thân thể mềm mại và nói họ vãng sinh. E rằng chưa đủ bằng chứng".

Vị thầy này nghe Thầy nói chỉ mỉm cười. Thực ra, trong bụng, không chấp nhận quan điểm của Thầy. Chừng 4,5 năm sau, bà ngoại của vị thầy này mất. Bà vốn là người miền quê, có con gái làm ăn giàu có tại Sài gòn. Người con gái này rất trịch thượng, nói sống ở quê không khoa học, ăn uống độc hại, mất vệ sinh, chăm sóc sức khỏe không tốt, tiêu chuẩn y khoa không đủ. Cô ta dùng đồng tiền để cân đo giá trị của lòng hiếu thảo. Cô ta đón mẹ vào Sài Gòn chăm sóc, biến bà mẹ thành một con gà công nghiệp. Sáng dậy phải đi trên cái máy tập thể thao bao nhiêu giờ, một ngày phải uống bao nhiêu sữa... Ở được một tháng, bà cụ muốn điên lên, bà nài nỉ: "Con ơi, mẹ sẽ ở đây suốt đời với con nhưng với điều kiện là cho mẹ về thăm quê một lần thôi". Bà về quê, đi thăm làng trên, xóm dưới được 10 ngày thì bà chết một cách thanh thản.

Người con gái giận quá, từ Sài gòn bay về, ra lệnh: không được nhận tiền phúng điếu. Ở miền quê, việc nhận một món quà, nhận tiền phúng điếu là thể hiện sự kính trọng, biết ơn lẫn nhau, hoàn toàn họ không đặt nặng vấn đề tài chính. Họ rất giận nếu gia chủ không nhận tiền phúng, thậm chí có thể dẫn đến biệt giao. Mọi người trong gia đình cùng thống nhất sẽ nhận tiền phúng viếng. Người con gái giận quá, làm đơn báo cáo xã, nói: "Gia tộc kinh doanh xác chết". Cô giận tới mức, trước bàn thờ mẹ, cô cởi bỏ bộ đồ tang và từ biệt dòng họ. Khi cô vừa ném khăn tang xuống, thì, từ miệng của người mẹ (đã đặt trong hòm liệm bằng kính) phun máu ào ào. Ai nhìn thấy cũng kinh hãi.

Tại sao một người chết rồi, đã liệm và đặt vào trong hòm lại có thể phun ra máu? Lúc bấy giờ, vị thầy này gọi cho

Thầy hỏi cách giải quyết. Thầy nói: muốn làm gì thì làm, nhưng nhất định cô này phải sám hối. Thầy nói: phải mở hòm áo quan ra (chuyện này tối kỵ), lau hòm (thì sẽ không còn gì chấp nữa), và nhất định người con gái này phải lạy mẹ để sám hối. Nếu không, đừng niệm Phật cho bà, bà không siêu thoát được đâu.

Chúng ta thấy, sức mạnh của tâm thức ép vào trong xác rất rõ, và bà muốn phản ứng. Bà đã chết rồi, niệm Phật như thế đã ra khỏi xác một cách mềm mại rồi, nhưng vẫn chưa vãng sinh được, tâm thức của bà ở gần đó, và đã nhận ra được người này làm một điều quá đáng đối với cái xác mà bà thương yêu (tuy nhiên, bà không biết cái xác đấy là của bà).

Sức mạnh của tâm chỉ vận hành theo chiều cảm của nghiệp, bởi: thân đó là nghiệp, từ tâm này mà ra. Bây giờ phải sử dụng cái gì nhanh nhất thì mới tái nhập lại xác này. Tái nhập lại thì sao? Xác này đã chết rồi không thể sử dụng được nữa, cho nên đã tạo thành một sức ép. Sức ép này vận hành những gì cuối cùng ở trên thân, khiến cho máu phun ra đằng miệng. Đó là những chuyện rất bình thường. Nhưng khi sám hối thì mọi thứ trở nên thanh tịnh, mọi việc trở lại bình thường.

Trong trạng thái hỏa đại bắt đầu phân rã, thì hơi thở đi ra nhiều, hít vào ít (gọi là thở máu cá), thân người rất nặng (Người mới chết đuối, khi vớt lên thấy rất nặng, đó là do hỏa đại mất). Hơi thở ra dài, hơi vào không có. Cứ vậy yếu dần, yếu dần, cho đến hơi thở cuối cùng thì kéo dài ra một cái là hết. Trong quá trình tan rã của hỏa đại: ban đầu bao tử không thể hấp thụ được thức ăn, hơi thở tan biến dần; mũi không ngửi được. Người sống thường nói: hơi nóng, mùi hôi hám làm ảnh hưởng này kia nên đốt hương thơm để xông. Thực ra, việc đốt hương không có tác dụng đối với người chết. Nếu có, chỉ có tác dụng với người sống.

Ông bà mình ngày xưa đem triết lý triết học và những tri thức của văn minh nông nghiệp lúa nước đặt vào trong đám tang rất khéo léo: Trên một bát cơm úp để hai chiếc đũa và quả trứng gà bổ đôi ra, với ý nghĩa: để cái chết lại trở về với hạt giống sinh ra. Hạt giống này là một phôi thai, nó đi vào kiếp sau và kiếp sau lại sinh ra tiếp. Nhưng còn một tác dụng phụ là: quả trứng gà, trứng vịt đó có tác dụng hút hơi độc, hơi hôi hám của người mất. Nó sẽ hút vào quả trứng và làm cho không khí nhanh loãng đi. Ở dưới hòm áo quan, thắp mấy ngọn nến, nam thì 7 ngọn nến (vì có bảy vía), nữ thì 9 ngọn nến (vì có chín vía). Gia chủ sợ hồn ma bóng quế về làm hại, nên khi khiêng áo quan ra khỏi nhà, thì đập rầm rầm. Có nơi còn cầm chổi quét. Tất cả đều chỉ là phong tục, tập quán, không phải của Phật giáo.

Chúng ta học Phật, nên không sợ những chuyện đó. Chết thì khắc có người lo đem chôn, không phải lo lắng. Cũng đừng quá lo lắng về chuyện sau khi chết. Có tiền thì đi làm phước, làm gì đó để tạo ra cận tử nghiệp tốt. Đừng để dành tiền cho việc chết. Có người còn đặt cọc sẵn với nhà quàn; lại có người đưa tiền cho Thầy, nói: "Thưa thầy! Con gửi thầy mấy ngàn Dollas. Con chết thì nhờ thầy lo giùm". Thầy cũng không biết, nhỡ đâu Thầy chết trước thì sao?". Chúng ta không nên quá lo âu đến những chuyện như vậy. Nó không cần thiết cho sự tu học. Tu học để lĩnh hội chân lý và giác ngộ từ chân lý.

Như vậy, Sắc uẩn và Thọ uẩn được hình thành trên cơ sở của Địa đại và Thủy đại. Còn Tưởng uẩn? Tưởng uẩn chi phối đến những suy nghĩ, tên gọi, đến những gì về thế giới, về hiện tượng này, hiện tượng kia. Hỏa đại tan thì Tưởng uẩn cũng mất theo. Sự vận hành của Ngũ uẩn tương ứng với Tứ đại.

5.4. Phong đại tan rã là phức tạp nhất. Con người ta có 72 ngàn sợi kinh mạch và nguyên khí giúp cho sự vận hành của cơ thể. Nguyên khí tụ ở 5 điểm: trên đỉnh đầu, trái tim, ở tầng thứ ba của bụng, ở chỗ đan điền và vị trí phía trên của hậu môn chừng 1 cm. Nguyên khí tạo ra sự vận hành của thân thể chúng ta. Khi địa đại rã, nguyên khí không vận hành nữa. Hỏa, địa, thủy đại tan rã khiến cho con người mất hết mọi cảm thọ. Hỏa đại suy yếu, tan rã thì phong đại bắt đầu bị tác động theo. Khi một đại thay đổi thì ba đại còn lại cũng thay đổi ngay lập tức (không cần phải đợi đại này xong mới đến đại khác). Khi phong đại rã thì hơi thở mất.

Khí vẫn còn ở trên thân thể cho đến khi hơi thở dứt. Hơi thở chấm dứt thì các van đóng lại, miệng, mũi, đại tiện, tiểu tiện mở ra hết. Lúc đó, tử khí bắt đầu toát ra bên ngoài. Tỏa ra mùi hôi hám, tanh hôi dễ sợ. Các nguyên khí dần dần sẽ rút lại: Từ dưới chân rút lên, trên đầu rút xuống và tựu lại cuối cùng ở trên đỉnh của trái tim. Đỉnh trái tim chính là chỗ thần thức đi ra khỏi xác. Khi thần thức đi ra khỏi thân thì vật chất không còn chi phối được nữa. Nhưng vật chất là yếu tố chiêu cảm con đường đi của nó. Nghiệp của nó như vậy.

Chúng ta thấy nguyên khí bắt đầu tựu lại trên đỉnh của trái tim. Có một điểm rất đặc biệt mà ít có kinh sách nào đề cập đến: các nguồn chân khí tụ lại thành chân khí lớn. Có mười cụm chân khí lớn trên thân con người, tất cả tựu lại trên đầu của trái tim. Khi nguyên khí vừa đụng lại, tụ lại thì tất cả khí thô phân tán hết và đi về khí vi tế ở trung ương. Khí vi tế ở trung ương làm cho tim giãn ra, và không còn đập nữa. Ngay lúc đấy, người chết nhìn thấy ánh sáng đầy cả bầu trời và thấy mát mẻ (trước đó họ đau khổ, sợ hãi vô cùng). Ánh sáng này chỉ tồn tại chừng độ 3 phút; gọi đó là ánh sáng Thường Tịnh quang Tịnh độ.

Ánh sáng Thường Tịnh quang Tịnh độ xuất hiện lần thứ nhất khi các luồng khí tựu trên đỉnh tim; xuất hiện lần thứ hai khi thần thức ra khỏi xác (vấn đề thần thức ra khỏi xác sẽ đề cập đến ở sau); chiếu lại lần thứ ba sau khi chết được 14 ngày. Cách xác định mười bốn ngày như thế nào? Ví dụ: Tính từ thời điểm người chết được 2 tuần, thì trừ sớm hơn 1 ngày và 2 tiếng đồng hồ. Trường hợp người chết lúc 4 giờ 30 phút ngày hôm nay là thứ bảy, thì đến thứ sáu tuần sau nữa, lùi đến 2 giờ 30 phút, thì, ngay lúc đó là thời điểm ánh sáng Thường Tịnh quang Tịnh độ chiếu lần thứ ba.

Thần thức ra khỏi xác rất khó phân biệt. Đa phần dựa trên điểm nóng (nhưng chưa hẳn là như thế). Có người phải mấy tiếng đồng hồ sau, thần thức mới ra; nhưng cũng có người vừa mới chết thần thức đã ra liền. Trường hợp bà lão gánh nước cúng dường cho Phật: Bà chết không đi qua Thân trung ấm, thần thức của bà lập tức sinh thẳng lên cõi trời ba mươi ba, vì phước lực của bà rất lớn.

Nếu để ý một chút, người chết có thể thấy được các trạng thái này, lập tức đi theo ánh sáng Thường Tịnh quang Tịnh độ, và sẽ được vãng sinh, được giải thoát. Bình thường người chết vẫn còn chấp trước bởi còn nhiều tâm nguyện chưa làm xong, bởi chồng (/vợ) mình không biết bỏ cho ai đây? Tiền vàng để lại cho ai? Giờ chẳng biết đi đâu, về đâu? Bao hãi hùng, lo lắng. Tất cả những tâm trạng đó sẽ chiêu cảm khiến chúng ta chìm mãi trong ánh sáng Thường Tịnh quang Tịnh độ (chừng 3 phút). Không nhận ra được lý sinh diệt để rồi đi theo ánh sáng đó. Như vậy, đã bỏ mất cơ hội lần thứ nhất. Ánh sáng tan biến, người chết lại bị chìm trong một trạng thái tối om. Trạng thái này cứ kéo dài như thế cho tới khi thần thức ra khỏi xác.

Biểu hiện rõ nhất của thần thức ra khỏi xác là có một chút nước trăng trắng. Thứ nước này có khi không chảy ra ở lỗ mũi, mà chảy ra ở đường sinh dục. Nếu chảy ra từ đường sinh dục thì trông giống như mủ. Nếu chảy ra từ mũi thì trông giống như nước, như nước mũi trắng. Nó không phải là nước mũi bình thường, là do những thứ tựu lại của các chân khí. Lúc này, thần thức theo đó mà đi ra khỏi xác. Tuỳ theo nghiệp, theo con đường mà thần thức đi ra. Có người chết tới ba bốn ngày, thần thức mới ra, bởi là do chấp trước. Thậm chí, chấp trước tới mức khi đưa ra tới nghĩa địa, họ (người chết) vẫn còn quỳ xuống tiếc thương cho cái xác (của họ) nằm ở dưới đất. Những cảnh thật khổ đau, sợ hãi, thảm thương.

Biểu hiện bề ngoài của phong đại tan rã: Khi gió bị hủy hoại thì tất cả mọi sự vận hành đều dừng lại, thân thể bất động. Mười loại chân khí tụ lại trên tim không còn vận động được nữa. Ý thức, mọi sự vận động ở bên ngoài không còn nữa, lưỡi cứng đơ, co rút lại. Riêng với người mắc bệnh ung thư khi chết, lưỡi lè dài ra, không rút lại. Lưỡi biến sang màu xanh xám, không còn cảm nhận được vị giác nữa, xúc giác hoàn toàn không còn. Người này có cảm giác giống như ngọn đèn, như cái đèn sáp leo lét sắp tắt.

5.5. Tâm sở dừng hoạt động

Chu kỳ thứ năm bắt đầu khi địa, thủy, hoả, phong dừng lại; và khí ở trên tim bắt đầu vận hành. Khí ở trên tim sắp tan hoại thì tất cả 53 tâm sở dừng lại hết.

Tâm sở[1] chính là những loại tâm thuộc sở hữu của tâm vương. Tâm vương[2] gồm có 8 tâm là: mắt, tai, mũi, lưỡi, thân,

---

[1] Tâm sở cũng gọi Tâm số, Tâm sở hữu pháp, Tâm sở pháp, Tâm số pháp.
[2] Tâm vương: đối lại với Tâm sở. Vua tâm, tức chỉ cho chủ thể của 6 thức hoặc 8 thức, là Tâm pháp trong 5 vị theo cách phân loại và sắp xếp của Hữu bộ và tông Pháp tướng. Thuyết nhất thiết hữu bộ cho thể tính của 6

ý thức, mạt na thức và a lại da thức. Đó là tám cảnh giới của tâm vương. Tâm vương điều khiển những tâm phụ, những tâm tuỳ thuộc theo nó (tức tâm sở). Có thể hình dung như: tâm vương là ông vua thì tâm sở là những ông quan. Ông quan phải theo sự sai khiến của ông vua.

Lúc này tất cả cảnh giới của tâm sở dừng lại hết, chỉ còn sự hoạt động của tâm vương. Sau khi con người đã chết, nằm bất động, y học hiện đại không đo được bất cứ một sự sống nào trên thân thể người này, nhưng, cái biết của tâm vẫn còn. Đó là vấn đề mà nhiều người không hiểu. Họ lý luận rằng: mình đã trích thuốc tê rồi, hay đã gây mê rồi thì có mổ xẻ mình cũng không biết đau; vậy tại sao chết rồi lại còn biết được? Dĩ nhiên chết thì sẽ không còn biết. Đó là xét về mặt ý thức bình thường của con người. Nhưng trạng thái chết thực sự, trạng thái diễn biến của tâm lại khác. Nó hoàn toàn không dựa trên cái biết của máy móc. Do con người không biết đến điều này, nên nhiều người còn xâm phạm tới thân thể của người chết.

Xin minh thị trường hợp: một thằng nhỏ bị đụng xe ở ngoài đường, chữa không được đem về. Trên đường về thì bị chết. Tay chân bị co giật, người cong. Người khâm liệm (nhà gần chùa của Thầy ở Việt Nam) đã trói hai ngón chân cái (để cho thẳng người), rồi cứ để như vậy mà liệm. Khi chôn xong, nó về nói "nó chưa chết, tại sao trói nó như vậy?". Khiến cho ông ta sợ hết hồn. Cảnh giới này rất khó hiểu. Điều này cho thấy: cái biết của tâm khác với cái biết của thức. Khi tất cả tâm sở dừng, tâm thức của người này chỉ thấy một màn trắng và không thấy gì nữa: hỷ, nộ, ái, ố... gạt sạch hết.

---

thức: mắt, tai, mũi, lưỡi, thân, ý là một, cho nên chủ trương Tâm vương chỉ có một; còn tông Pháp tướng thì cho 8 thức (ngoài 6 thức còn thêm thức Mạt na, thức A lại da), mỗi thức đều có thể tính riêng, cho nên chủ trương Tâm vương là 8.

5.6. *Trạng thái thứ sáu*: bắt đầu xuất hiện khi màng tâm thức màu trắng tự nhiên mất, màu đỏ dần dần tăng lên.

5.7. *Trạng thái thứ bảy*: Khi màu đỏ tăng tới mức cực độ thì tự nó giảm dần xuống và rơi vào một màu đen: màu đen tối, đen tuyền, đen nhánh, đen trong suốt (không giống như màu đen bình thường)[1].

Xin tóm lược lại các thời kỳ biến hoại của cơ thể: Thời kỳ thứ nhất: địa đại hủy, thấy ảo giác. Thời kỳ thứ hai: Thủy đại rã, thì bắt đầu thấy khói. Thời kỳ thứ ba: Hỏa đại tan rã, bắt đầu thấy đom đóm hoặc sấm sét, tia lửa xẹt xẹt. Thời kỳ thứ tư: Phong đại hủy, biểu hiện giống như ngọn đèn leo lét trước gió, dần dần đèn tắt. Thời kỳ thứ năm: tâm sở tan hết, không còn nhận thức được, nhìn thấy màn trắng sạch, trắng xoá (giống như bầu trời trắng xoá). Thời kỳ thứ sáu: màu trắng chuyển sang màu đỏ hồng. Thời kỳ thứ bảy: màu đỏ đến cực độ, thì suy giảm xuống, chuyển sang màu đen (màu đen trong suốt). Tiếp sau: đi vào cảnh giới của Ánh tịch quang.

Khi đi vào cảnh giới của Ánh tịch quang, sẽ rời khỏi tất cả thế giới của sinh diệt; mọi sự biến hoá trên thân của người chết đều dẫn theo nghiệp lực. Lúc ấy người chết không còn tự chủ được nữa: mọi thứ cứ theo nghiệp mà diễn tiến, tái sinh.

Đó chính là các diễn biến căn bản từ địa, thủy, hoả, phong và từ 80 tâm sở. Khi nhắm mắt lại, thấy như có con đom đóm, ánh sáng chạy giữa hai vầng trán. Đó là phản xạ của sắc và ánh sáng tự nhiên, tựu lại thành một chấm. Chấm ánh sáng đó giống như đóm đóm.

---

[1] Những điều trình bày ở đây đều dựa vào kinh sách và trải nghiệm cá nhân Lần đầu thì thấy sợ, sau thành quen. Biết rồi thì không còn gì phải lo lắng nữa. Nếu cần rời khỏi xác thì Thầy cũng thấy nhẹ nhàng.

Những diễn biến này giống như một người sống dần đi vào giấc ngủ vậy. Khi nhắm mắt ngủ, thấy tâm mình từ từ đi vào ảo tưởng[1]. Ảo tưởng tức là mơ hồ, không thấy rõ. Dần dần thấy màng trắng, thấy ánh sáng tựu lại thành màng trắng tự nhiên. Chỉ thoáng qua rất nhanh rồi chuyển qua màu đen thui. Một màu đen thui trong suốt, đó chính là đã đi vào một giấc ngủ.

Cảnh giới đầu thai, thì, từ trong màn đen của ánh tịnh quang đó, quay trở lại, chấp lấy cái thân này. Thân này là thân gì? Hoặc thân đi vào cảnh giới của ngã quỷ thì có những năng lực của ngã quỷ; Hoặc đi vào trong cảnh giới của chim đại bàng thì có thể bay vút lên bầu trời, mắt nhìn thẳng xuống đáy đại dương và có thể nhìn thấy những con rồng đang sống; Hoặc đi vào trong cảnh giới của Long vương thì, có thể nhìn thấy là A tu la, ban ngày vui chơi trên các tầng trời, lưng chừng trên hư không và ban đêm xuống ngủ dưới đáy đại dương. Những khả năng hành hoặc như thế chúng ta không hình dung được.

Bài này chúng ta đã tìm hiểu được **năm bước** tan rã của thân thể. Có 3 mốc thời gian cần nhớ: 1/ khi nguyên khí tựu lại trên đỉnh của trái tim, đây là thời điểm quan trọng nhất; 2/ khi thần thức ra khỏi xác; và 3/ sau khi thần thức ra khỏi xác được 14 ngày. Vào những ngày đó, những giờ phút, nếu chúng ta cầu nguyện, hồi hướng, và làm điều gì đó thì người chết có thể cảm nhận được. Cần nhớ đến thời điểm Ánh sáng Thường Tịch Quang Tịnh Độ. Lúc đó, đứng trước bàn thờ của người chết mà nói thì họ có thể biết được. Việc đó sẽ tái diễn trong 49 ngày. Đó là những cảnh giới rất kỳ diệu.

---

[1] Hỏi "Chị ngủ chưa?", đáp: "Ngủ rồi", hỏi: "Anh ngủ lúc mấy giờ?", đáp: "Tôi ngủ lúc chín giờ". Ngủ rồi sao biết có người hỏi để trả lời? Sao biết chính xác ngủ lúc mấy giờ. Đó chẳng là ảo tưởng sao?

6. Các nghiệp chi phối lúc lâm chung

Nghi thức Phật giáo có câu: *Sinh mà không sinh, Thích Ca Thế Tôn song lâm nhập diệt. Diệt mà không diệt, Đạt Ma sư tổ quẩy dép về Tây*. Thích Ca Thế Tôn đã thành tựu quả vị chính đẳng giác và được gọi là đấng Như Lai. **Như** là *như sở tùng lai, diệc vô sở khứ cố danh Như Lai*, nghĩa là: "Đến không từ đâu đến, đi cũng không đi về đâu, nên gọi là Như Lai". Bản thể của Pháp thân Phật châu biến pháp giới, và tự tính ở trong ấy bất sinh, bất diệt. Do vậy gọi là Như. Nhưng cớ sao ngài lại thị hiện Niết bàn (ở rừng Ta La Song Thọ)? Ngài Niết bàn, nhưng không phải đi vào cõi diệt mất như con người (tức là chết rồi, thì, cát bụi trở về với cát bụi) mà Ngài ẩn hiện ở cõi này, cõi kia để giáo hóa chúng sinh. Cho nên, nói "sinh mà không sinh".

Đức Thích Ca Mâu Ni sau khi xả bỏ thân mạng phàm phu (thân tứ đại), khi sắp nhập Niết bàn, Ngài nói: "Này các Tỳ kheo, thân ta nay đã già suy, như một cỗ xe cũ kỹ, nhờ sửa chữa mà đi đến nơi, đến chốn, nhờ nhập định vô tưởng, nên không thấy đau đớn gì. Giờ Niết bàn của ta sắp đến". Qua lời đức Phật dạy, chúng ta thấy rõ: Ngài đã thị hiện Niết bàn. Thực ra, Ngài từ bỏ thân này để đi vào cảnh giới trung ấm để hóa độ vô lượng chúng sinh trong đó.

Trong một thánh điển kể về chuyện của Tổ Bồ Đề Đạt Ma, có ghi: Ngài đến Trung Hoa, bị người Trung Hoa độc ác đầu độc cả thảy 5 lần. Đến lần thứ 5, sau khi tìm được một đệ tử truyền pháp (tức Tổ Huệ Khả), Ngài thị hiện tướng Niết bàn. Người ta thấy Ngài đứng trên đầu ngọn lau, sau lưng quẩy một chiếc giày với một cây gậy, lướt trên sông mà đi. Người đời hoài nghi, cho đào tháp lên và thấy chỉ còn một chiếc giày. Vậy mới nói "quẩy dép về Tây". Đây là một hành trạng tuyệt vời của lịch đại Tổ sư, ngài ra đi (bỏ thân mạng) một cách tự tại. Vậy mới nói "diệt mà không diệt, Đạt Ma Sư Tổ quẩy dép về Tây".

Hai câu chuyện đó đã tóm tắt lại hai thánh điển kỳ diệu. Nếu như xem xét cảnh giới đó, thì, cái gọi là Cận tử nghiệp, là Trung ấm, là Tái sinh, với các Ngài, đều chẳng còn ý nghĩa gì nữa. Với chúng ta thì sao? Chúng ta chưa đạt được cảnh giới Niết bàn tịch tịnh đó, chắc chắn còn phải chịu cảnh luân hồi, lục đạo chi phối. Đó là điều tất nhiên. Tại đây tìm hiểu về cái chết, về cái nghiệp dẫn dắt người chết như thế nào. Thông thường, có loại bốn nghiệp chi phối lúc lâm chung: Cực trọng nghiệp, Tích lũy nghiệp, Tập quán nghiệp và Cận tử nghiệp.

Cực trọng nghiệp: nghiệp cực trọng, nghiệp cực nặng. Sự sân giận phiền não quá mạnh dẫn đến phạm tội giết người. Việc này đã in sâu vào trong tâm của kẻ sát nhân, gọi là cực trọng nghiệp.

Có câu chuyện thế này: một anh chàng uống rượu ngà ngà say, nghe thấy có người khen cảnh sát giỏi lắm, làm gì họ cũng biết. Anh ta phản đối, nói: "Có chuyện biết, có chuyện không. Không phải chuyện nào họ cũng biết". Người kia nói: "Không, cái gì họ cũng biết hết". Anh ta giận quá, đem kể chuyện của chính bản thân mình để chứng minh. Chuyện kể rằng: cách đây 10 năm ở Bình Định, anh ta và một người bạn đi đến khu rừng Vạn Dã ở Nha Trang tìm trầm, anh ta đã giết người bạn rồi chôn xuống đất, lấy hòn đá đè lên ngay chỗ đó như vậy, như vậy...Nhưng 10 năm rồi, có ai biết đâu. Ngay ngày hôm sau, thông tin bị lộ và anh ta bị tóm cổ. Đó chính là cực trọng nghiệp. Chỉ gây ra một lần thôi nhưng suốt đời không quên.

Nghiệp như vậy rất dễ nổi lên khi chúng ta chết. Một khi cực trọng nghiệp nổi lên, thì, theo nghiệp đó, sẽ dẫn dắt con người đi tái sinh. Các tội như: giết cha, giết mẹ, làm cho thân Phật chảy máu, giết A la hán, phá hoại hòa hợp Tăng... đều thuộc Cực trọng nghiệp.

Phá hòa hợp Tăng là sao? Tăng đang thanh tịnh, không có gì hết. Tự nhiên mình can thiệp vào, và rồi sinh ra đủ thứ chuyện: tăng chúng bất hòa, dẫn tới việc không có yết ma chung. Pháp luân tăng một khi bị vỡ thì dân chúng sẽ đói khát, hạn hán, mất mùa. Địa thần báo lên không thần, không thần báo lên thiên thần, thiên thần quở trách các tầng trời, các tầng trời làm cho pháp luân tăng bị vỡ. Trường hợp như vậy mới gọi là phá hòa hợp Tăng[1].

Cực trọng nghiệp thường gây ra tình trạng sát hại lớn, ảnh hưởng sâu ở trong tâm của chúng ta.

Tích lũy nghiệp: Với những điều tốt đẹp đã tích lũy trong một đời, khi xả bỏ thân mạng này, chắc chắn sẽ dẫn chúng ta sinh ở cảnh giới của các cõi trời với đầy đủ những phước báo trang nghiêm.

Con người ai cũng có năng lực tích lũy, tích lũy vào trong tâm. Dối trời, lừa đất nhưng không thể che dấu chính tự tâm của mình. Làm gì thì làm, tự tâm mình đều ghi nhớ hết. Một khi đã ghi nhớ thì nó trở thành một năng lực chi phối ở bên trong. Ví dụ: một ly nước ngọt, chỉ cần bỏ một hạt muối vào, thì tự nhiên, vị của nước sẽ khác, không thể nào ngọt như trước nữa. Cái ngọt giờ đây lại được pha thêm chút vị mặn rồi. Cứ tiếp tục cho thêm muối, dần dần sẽ biến thành ly nước muối. Cũng thế, ly nước trong tâm của chúng ta chứa đựng đầy hỷ nộ ái ố, nó cũng giống như ly nước ngọt đã cho thêm nhiều muối vậy.

---

[1] Trường hợp hai ông thầy chùa tham lam tiền bạc, sân si với nhau là chuyện bình thường và không phải là phá pháp luân tăng.

Chúng ta hàng ngày cố gắng bằng cách lễ Phật, bái sám, tụng kinh, hành thiền, tu những pháp thiện, pháp lành…Ấy là đang rót vào tâm mình những giọt nước mới-giọt nước cam lồ. Một thời gian sau sẽ có được ly nước cam lồ. Đây được xem là quá trình tích lũy nghiệp. Khả năng tích lũy của nghiệp diễn ra tự nhiên, từ đời này qua đời khác, qua nhiều kiếp trong luân hồi, không bị mất đi. Trường hợp Ngộ Đạt Quốc Sư trong *Từ bi thủy sám*, có mười kiếp là cao tăng nhưng nghiệp giết hại người thì vẫn còn y nguyên đó, chỉ khi trả thì nghiệp đó mới dứt. Cũng giống như hạt lúa, khi nảy mầm thì mới hết phôi mầm trong hạt lúa. Nếu không, thì hạt lúa vẫn được bảo tồn trong lòng đất. Ngôi chùa này cũng vậy, chỉ cần lật lên, sau một thời gian, chỗ đất đấy sẽ mọc lên cây. Nếu như ngôi chùa dựng ở đây, cả ngàn năm, thì hạt giống vẫn nằm im trong đó cả ngàn năm.

Tâm chúng ta cũng vậy, nó tích lũy dễ sợ lắm. Nghiệp là một hành động có tác ý, tức là khởi lên ý nghĩ và thực hiện nó, tự nó sẽ ghi vào trong tâm. Làm vô tình thì ghi vô tình, làm cố ý thì ghi cố ý. Đừng nghĩ: "con không nghĩ gì hết, tự nhiên con làm vậy, nên con không có nghiệp". Nói như thế không đúng. Đã làm, đã hành động thì đều được ghi lại, làm vô tình thì chịu quả vô tình, làm cố ý thì chịu quả cố ý. Học nhân quả chúng ta đều biết rồi. Vua Tần Bà Sa La vì vội vàng muốn sinh con, nên ép một tiên nhân qua đời (bằng cách bảo quần thần ép vị tiên nhân). Vị Vua này không cố ý, không chính thức, nhưng ông ta đã khởi ý giết. Vị tiên nhân kia biết điều đó, nên đã phát lời thề, rằng: "Nhà vua đã dùng ý nghĩ và lời nói để sát hại ta. Nguyện rằng khi đủ duyên ta cũng dùng ý nghĩ và lời nói để trả quả này". Sự tích lũy như vậy, có thể đủ để tạo ra nhân quả. Nghiệp đã tạo ra, được kết xuống tâm. Nay một chút, mai một chút, nhiều ngày, nhiều tháng, nhiều năm, thậm chí nhiều kiếp trong luân hồi. Nên gọi là Tích lũy nghiệp.

Nếu như không có cực trọng nghiệp chi phối thì tích lũy nghiệp sẽ hiện ra, dẫn dắt ta tái sinh. Khi lâm chung (khi cận tử nghiệp đến), thì nghiệp nào nổi hơn, mạnh hơn, sẽ dẫn ta đi.

Tập quán nghiệp: chỉ các nghiệp tạo thành do thói quen. Nếu sống với lối sống hướng thiện (thập thiện) thì tâm sẽ hướng tới cái đẹp, tới điều lành, điều thiện. Đấy là nghiệp thiện, là tập quán nghiệp tốt.

Tập quán nghiệp có vẻ gần giống với tích lũy nghiệp. Ở cả 2 trạng thái, khả năng tích lũy trong tâm thì giống nhau, nhưng có chút khác nhau: thời gian của tích luỹ nghiệp diễn ra trong nhiều kiếp luân hồi; thời gian của tập quán nghiệp chỉ ở trong đời này. Ví dụ, một người suốt ngày đi mua bò, nào là bò đen, bò đỏ, bò gày, bò béo; hoặc con bò này kêu nhiều con kia kêu ít; hoặc con này thịt như thế nào, giết làm sao cho nhanh chết, đem ra chợ bán như thế nào cho có lời. Suốt sáng, trưa, chiều, tối chỉ suy nghĩ về con bò. Cứ nghĩ như vậy, mãi dần biến thành tập quán. Với người sát hại nhiều bò, theo tập quán như vậy, khi chết, tự nhiên họ cứ nhớ hoài về con bò thôi. Từ suy nghĩ đó, biến thành một loại nghiệp. Và thế là dẫn dắt người này đi, đi tới một cảnh giới đầu thai gần con bò (chứ không gần con nào khác).

Cận tử nghiệp: *Cận* là gần, *tử* là chết. *Cận tử nghiệp* là nghiệp lúc gần chết. Có bốn loại nghiệp, trong đó: Cực trọng nghiệp chi phối mạnh, Cận tử nghiệp cũng chi phối rất mạnh, Tích lũy nghiệp thì chi phối ở mức trung bình, Tập quán nghiệp chi phối ít hơn một chút. Bốn loại nghiệp này còn có sự liên quan, chi phối lẫn nhau.

Ví dụ việc tụng kinh, lạy Phật, niệm Phật hàng ngày, và diễn ra lâu sẽ thành tập quán. Họ thường tưởng tới Phật, tới thánh giáo của Phật, nên khi lâm chung, tập quán này tự nhiên hiện lên. Tập quán này được lặp lại nhiều thành quen, và chỉ cần nghe có người nhắc "niệm Phật đi", tự nhiên họ biết niệm. Và cho dù có mệt mỏi, đau yếu họ cũng tạm quên để niệm Phật. Ở đây thể hiện mối liên quan chi phối của Tập quán nghiệp và Cận tử nghiệp.

Mattakhunđaly là một câu chuyện nổi tiếng thời đức Phật. Một người không biết Phật pháp, anh ta chỉ biết có đức Phật Thích Ca Mâu Ni thành đạo và anh cũng chưa từng gặp đức Phật. Anh là con của một gia đình giàu có. Người cha hết sức keo kiệt. Khi anh ta đau bệnh, cha không cho tiền chữa bệnh, nên anh ta cứ yếu dần. Người cha nghĩ, nếu để con trai trong nhà, mọi người tới thăm biết chuyện thì sẽ rất phiền. Nên, ông ta liền cho người khiêng đứa con của mình bỏ ra sau nhà để không ai biết. Trong sự đau đớn như vậy, anh ta nghĩ đến cuộc đời đen bạc của mình: Cha là một người giàu sang đến như vậy mà còn đối xử tệ bạc với mình, thì còn ai thương mình nữa. May ra chỉ còn đức Phật là người có đầy đủ đại bi thương tưởng thôi.

Trong tâm niệm tưởng đến đức Phật, thì, đức Phật chứng biết ngay. Là vì, tâm chúng ta và tâm Phật trùm khắp pháp giới. Cho nên, tưởng tới Phật thì ngay lúc đó Phật lại hiện ở trong ta. Anh ta cảm nhận được sự hiện diện của Phật, đức Phật đã hiện thân phóng hào quang. Anh ta vui sướng vô cùng. Trong tâm tưởng mát mẻ thù thắng, anh ta lâm chung. Nhờ tâm thức đó, Cận tử nghiệp đã dẫn dắt anh ta sinh thẳng lên cõi trời Đao Lợi. Người cha thấy vậy, xấu hổ, hối hận vô cùng, ông tới quy y đức Phật. Ông học giáo pháp và hiểu ra cái vô thường của vật chất, nên quyết định xả thí, xuất gia. Chẳng bao lâu sau, ông cũng chứng quả A la hán.

Một người cha keo kiết với một vị Tỳ kheo A la hán khác nhau rất nhiều về phẩm hạnh. Ở đây cho thấy diệu dụng của Phật pháp: có tác dụng gột rửa tâm chúng ta một cách bất khả tư nghì. Câu chuyện cho chúng ta một bài học, đó là: sức mạnh của thiện niệm. Sức mạnh thiện niệm của chàng thanh niên có thể dẫn dắt anh ta từ một anh chàng khổ đau được sinh thẳng cõi trời Đao Lợi. Từ một niệm phát khởi thiện tâm xả thí xuất gia học đạo, người cha xấu xa, keo kiết kia đã trở thành một vị A la hán giải thoát sinh tử. Có thể thấy thiện niệm có thể chuyển hóa hết: làm lợi ích cho người còn sống, còn đối với người sắp mất, thì, nó lại trở thành cận tử nghiệp thù thắng, giúp cho họ giải thoát luân hồi.

Một trường hợp khác: những câu chuyện rút ra trong kinh tạng, trong thánh điển-chuyện về một cô gái: một lần, đức Phật đến Alavy. Trong buổi thuyết pháp hôm đó, đức Phật để ý tới một cô gái-cô này có khả năng giác ngộ. Cô là con của một ông thợ dệt vải. Cô muốn đến nghe Phật thuyết pháp, nhưng lại nghĩ đến việc cha sai buổi sớm. Cô phân vân chẳng biết phải làm thế nào. Rồi cô quyết định: chấp nhận bị cha rầy la một chút nhưng không thể nghỉ buổi học pháp. Cô đến Alavy để nghe đức Phật thuyết pháp.

Đức Phật thuyết một bài pháp thế này: "con người ta chết là chắc chắn và sống thì chưa chắc. Sống, mình không biết sống tới ngày nào, nên mới nói "sống là chưa chắc. Thế nhưng, chết là chắc chắn". Đức Phật nói: một người lính đối diện với thiên ma, nếu trên tay có đầy đủ vũ khí thì anh ta không sợ gì, anh ta có thể chiến thắng được thiên ma. Cũng giống như một người đi trong sinh tử luân hồi đối diện với thần chết, nếu người đó nắm được vũ khí chính (/chánh) niệm thì có thể vượt qua.

Lúc bấy giờ trong hội chúng có thể không hiểu rõ đức Thế Tôn muốn nói điều gì. Đức Thế Tôn quay sang hỏi cô gái: "Này con, con từ đâu đến?" Cô gái nói: "Con không biết", "Vậy, con đi về đâu?", "Bạch đức Thế Tôn! Con không biết", Phật hỏi thêm: "Vậy thì con không biết?", cô gái đáp: "Dạ vâng, con biết". Lúc bấy giờ, Phật mới hỏi: "Con biết không?", cô gái đáp: "Dạ vâng, con không biết". Chỉ toàn những câu nói rất vắn tắt, vậy, phải hiểu câu chuyện này thế nào? Trong hội chúng cảm thấy khó chịu, nói: "tại sao cô bé này lại trả lời nhát gừng với đức Thế Tôn như thế?" Đức Phật nói: "Con hãy giải thích rõ ràng theo ý con cho ta nghe". Cô gái nói: "Bạch đức Thế Tôn! Đức Thế Tôn hỏi rằng con từ đâu đến, ý Ngài muốn hỏi rằng trước khi con sinh ra, con là ai và từ đâu đến cõi này. Nên con trả lời: con không biết". Câu thứ hai, đức Thế Tôn hỏi: "Con đi về đâu? Ý Ngài muốn hỏi rằng con đi đâu? Con không biết, nên con trả lời: con không biết". Câu thứ ba đức Phật hỏi: "Con không biết. Ý nói rằng, con không biết là con có chết hay không? Nên con trả lời rằng: chắc chắn, con phải chết". Câu thứ tư ý nói rằng: "Con không biết rõ là con chết lúc nào? Con hiểu ý đức Phật hỏi, nên con đáp rằng: Dạ, con không biết".

Qua đoạn đối thoại ngắn như vậy, đức Thế Tôn đã khen ngợi khiến cho tâm cô gái an lành. Trong sự an lành đó, cô nhận ra được chân giá trị trong cuộc đời. Cô từ giã hội chúng và đi về chỗ cha của mình đang dệt vải. Chờ lâu quá, người cha ngủ gật bên khung cửi. Khi nghe tiếng động, ông trở mình, vô tình đập cây gậy trúng vào bụng cô gái. Cô ngã ra, chết ngay tại chỗ. Chuyện tới tai đức Phật. Ngài nói: "Cô gái đã đi vào trong cảnh dự lưu, tức là cảnh của bậc thánh. Bởi vì cô đã lĩnh hội được ý nghĩa chính niệm trong cuộc đời".

Các câu chuyện trên cho chúng ta thấy: muốn thoát khỏi Cận tử nghiệp đi vào Thân trung ấm, Tái sinh, nhất định chúng ta phải có chính niệm, cần biết rõ mình thuộc về loại nghiệp nào? Mình bị tập quán nghiệp, cận tử nghiệp, tích lũy nghiệp, hay cực trọng nghiệp chi phối? bản thân phải tự biết rõ điều này. Đồng thời, người hộ niệm cần phải hiểu được sự vận hành của bốn loại nghiệp này. Nếu không thì không cách nào mà hộ niệm cho người chết được. Đừng có tới nhà người chết cứ niệm *A Di Đà Phật, A Di Đà Phật* mà không hiểu rõ nguyên lý. Niệm như vậy chỉ hụt hơi, khát nước. Niệm 5-7 tiếng đồng hồ, nhìn thấy thân thể người ta mềm nhũn rồi chết, lại nói: "Vãng sinh rồi đó". Điều đó nói lên rằng: không những tầm bậy mà còn quá sức tào lao. Không có kinh điển nào minh chứng điều đó. Vậy làm sao và cơ sở nào để nhận ra được người chết sẽ sinh về đâu? Theo hơi ấm mà nhận định:

Đỉnh sinh cõi thánh mắt sinh trời

Bụng nóng ngạ quỷ tim nóng người

Bàng sinh thần thức ra đầu gối

Nóng ở bàn chân địa ngục thôi.

Chúng ta cần để ý đến vị trí mà hơi nóng tụ lại trên thân thể của người chết: ở trên đỉnh đầu, ở mắt, ở tim, ở bụng, ở đầu gối hay ở bàn chân. Đó là sáu điểm cần ghi nhớ. Hơi nóng ở đỉnh đầu cũng cần phân biệt hai chỗ: một ở vầng trán và một ở trên đỉnh đầu.

Kinh Lăng Nghiêm dạy con người chia hai phần: một phần tình và một phần tưởng. Phần tình: sống với vọng tình hay là thức tình. Phần tưởng: sống bằng trí tuệ, bằng suy nghĩ, bằng tư duy; và sống trong thiền định. Sống bằng tư tưởng, mà tư tưởng thì tập trung trên đỉnh đầu. Sống theo ảo giác bằng thức tình, thì hễ một chút thì tay chân đấu đá, khởi tâm dục vọng, khởi những xúc cảm tầm thường. Nói chung, tình tạo ra nước đi xuống, tưởng tạo ra sức ấm đi lên.

Tư tưởng của chúng ta sống thuận theo lối nào thì nó có xu thế đi về hướng đó. Khi hơi thở chấm dứt, hơi nóng vẫn tựu lại ở các điểm đó (đỉnh đầu, trán, mắt, tim, bụng, đầu gối, bàn chân) và với xu hướng đó.

Nói chung, nên cố gắng hiểu được nghiệp của họ. Qua các biểu hiện của họ, có thể đoán biết họ đang mắc nghiệp gì. Từ đó, tìm cách hóa giải, tháo gỡ, dẫn dắt họ đi lên những cảnh giới cao hơn. Nếu trong gia đình không mời được thầy nào, hoặc không có điều kiện, hoặc không biết phải làm gì cả, thì chúng ta chỉ niệm Nam mô A Di Đà Phật là đủ. Với lòng chí thành của mình với Phật A Di Đà, tâm của chúng ta sẽ thanh tịnh, vắng lặng xuống. Trong sức mạnh gia hộ của Phật Di Đà, bằng tâm niệm chí thành của chúng ta, tự nhiên, toàn thân chúng ta tỏa ra một năng lượng thánh thiện. Chúng ta sẽ hồi hướng năng lượng thánh thiện này và người mất kia tự nhiên sẽ cảm nhận được, tâm của họ an lành, bớt sợ hãi đi. Thế là họ được chết trong cảnh giới an lành. Đây là những cảnh giới mà ngày xưa đức Phật cũng làm như vậy khi Ngài về cung điện Ca Tỳ La Vệ khai thị để cho vua cha thấy được cảnh giới Cực Lạc Tây Phương. Đó là những điều xảy ra từ thời đức Phật còn tại thế.

7. Các câu chuyện về vãng sinh

7.1. *Vãng sinh Tây phương*

7.1.1. Hồi xưa, Thầy quen một ông ở trong Tu viện Nguyên Thiều. Ông này lù khù lắm. Suốt ngày, ông không biết làm gì, hết đi lên, đi xuống coi chùa, niệm Phật. Ông không phải là người xuất gia, chỉ ở chùa, trông coi, quét rác thôi. Ông xử sự không được như những người bình thường khác. Ông không làm phiền đến ai, nên ai cũng vui, cũng thương ông. Ông làm sẵn hòm áo quan. Một hôm, ông tự lấy đồ đạc ra giặt giũ, rồi chuẩn bị hết khăn niệm, khăn tang, lên chùa đòi lại hòm áo quan (lúc đó đang lấy ra đựng lúa). Ông nhất định đòi cho bằng được, lau chùi xong, nói: "Thưa thầy! Mai thầy nói mấy chú chuẩn bị đánh chuông trống bát nhã để Phật rước tôi đi. Phật tới mà không có chuông trống Bát nhã thì khó coi lắm". Lúc đó, mọi người trong chùa cứ nghĩ rằng ông này chắc có vấn đề, điên nặng rồi, nên không ai quan tâm đến. Tới 11 giờ rưỡi, ông lên chùa một lần nữa, ông phùng mang, trợn mắt la lên: "Từ trước đến giờ trông coi chùa, nay chỉ nhờ đánh chuông, trống để đón Phật mà cũng không nghe lời". Lúc bấy giờ, Hòa thượng thấy thương, nói: "Thôi mấy chú lên đánh cho ông vui". Mấy anh em chia nhau lên đánh rầm rầm. Sau đó, ông vào ngồi trong chính điện, rồi chết. Ông cảm ơn Phật đã rước ông rồi.

Không cần biết là người nào, như thế nào, những biểu hiện như vậy, chắc chắn họ vãng sinh.

7.1.2. Sử sách có ghi lại cái chết của một vài vị Thiền sư Việt Nam. Ngài từ giã mọi người và nói: "ta đi đây". Mọi người khóc hu hu. Ngài mở mắt ra hỏi chuyện gì? Mọi người cứ nghĩ là ngài chết, nên ai cũng khóc. Ngài nói: "sinh tử là lẽ thường tình, có gì mà các ngươi phải khóc, làm ồn ào, phiền ta". Mọi người im hết. Ngài lại nói: "Ta đi đây". Ngài nhắm mắt lại, rồi chết. Cái chết rất nhẹ nhàng. Lại có vị còn hỏi: "Trên đời này người ta chết làm sao?", "Người thì chết ngồi, chết nằm, nằm ngửa chết, nằm nghiêng chết, nằm sấp chết", lại hỏi "Rồi như thế nào nữa", lại còn hỏi: "Có ai trồng cây chuối mà chết chưa?", "Dạ, chưa. Chưa thấy ai trồng cây chuối mà chết". "Vậy, hôm nay ta sẽ trồng cây chuối chết". Vị này cắm đầu xuống, dỏng chân lên trời, chết. Những vị này chết thật tự tại. Họ là những vị thánh, hoặc là Bồ tát, hoặc là những vị có đại hạnh, đại nguyện. Mình không thể so nổi cũng không thể hiểu được.

7.1.3. Có những người đang niệm Phật, họ thấy Phật, Bồ tát tới rước. Xin kể chuyện vị Sư ở chùa Bạch Sa: ngài nằm im. Học trò thấy vậy, nói: "Thầy! Thầy niệm Phật đi! Sao gần chết mà thầy không niệm Phật?". Ngài im ru. Khoảng 5 phút sau, học trò lại lên nhắc lần thứ hai: "Thầy! Niệm Phật đi thầy". Ông thầy nói: "Mày im đi, ồn ào quá! Tao đang chọn đường đi. Ồn ào..". Nghĩa là: Ngài đã biết rõ và phân định được các cảnh giới đang hiện trong tâm. Thầy đang chọn con đường đi tốt đẹp, học trò lo sợ Thầy mình quên, nên lại nói khai thị.

7.1.4. Hồi xưa có vị Hòa thượng Giác Ngộ trụ chì ngôi chùa tại Gia Lai. Ngài có một tâm niệm là, khi ngài mất thì đặt ngài giống như dáng đức Phật Niết bàn. Ngài dặn chúng đồ, khi mất thì để ngài nằm nghiêng bên tay phải, trang phục của ngài cho ngay ngắn. Khi liệm cũng phải như vậy. Đó là mong muốn của ngài lúc còn sống. Ngài cứ nói hoài như vậy cho tới khi mất. Ngài mất, đồ chúng làm theo đúng lời dặn. Bỗng dưng, thấy cái áo hơi rớt xuống, chớm da bụng, trông hơi kỳ kỳ, nên một vị thầy đã rón rén vào kéo áo lên cho ngay ngắn. Lập tức, mấy vị cư sĩ sừng sộ: "Thầy chùa tu hành mà chẳng biết gì cả, chết rồi mà đi đụng vào, chẳng biết gì cả". Thấy vậy, vị thầy này liền bỏ đi. Ban hộ niệm nghĩ, chết là không được đụng vào? Họ đã nghĩ sai trong chuyện này.

7.1.5. Biểu hiện vãng sinh ra như: ngửi thấy mùi thơm lạ. Đây là trường hợp của bản sư Thầy. Thầy và nhiều người trong chùa đều chứng biết được: một mùi thơm tỏa ra thật kỳ diệu! khác hẳn với mùi thơm như đã thấy trong cõi này.

Khi bản sư mất, Thầy mở hai khóa tu mỗi khóa 7 ngày cách nhau 1 tuần, phát nguyện siêu độ cho bản sư, nguyện rằng: "Con nguyện đức Phật A Di Đà cho con thấy được một thoại tướng, ánh sáng hào quang hoặc là hương thơm cõi Cực Lạc, để cho con có đầy đủ tín tâm và mọi người thêm tín tâm kiên cố". Tới ngày thứ Năm trong khóa đầu tiên bắt đầu ngửi thấy hương thơm ngay chỗ giường (của bản sư vẫn dùng khi còn sống). Khi mang hết các hoa trong nhà tổ ra ngoài, thì vẫn thấy mùi hương toả ra. Mùi thơm vẫn thoang thoảng và lan toả ra toàn chùa suốt ba ngày sau đó. Hội chúng lúc đó khoảng hơn 200 người ai cũng hân hoan vô cùng. Có thể hiểu được: đó là cái điểm báo của việc vãng sinh.

7.1.6. Lại có một cô giáo ở trước Phước Long bị ung thư ngực. Cô phải mổ, sau đó phải xạ trị, nên cô rất mệt. Cô thường khuyên mọi người niệm Phật và làm nhiều công quả cho chùa. Cô không có thì giờ đi tụng Kinh, bái sám, hành Thiền, nhưng cô có duyên dạy học cho nhiều chú tiểu trong chùa. Lúc đứng niệm, Thầy nhìn rõ nét mặt, Cận tử nghiệp diễn ra như thế nào. Từng bước, từng bước, từng nét, từng nét rất rõ như những gì mình đã được học trong kinh điển. Khi tới gần cuối, Thầy thấy hơi thở ra mệt lắm, chỉ có hơi thở ra, không có hơi hít vào. Hít vào một cái lại thở, thở, thở. Tự nhiên, thấy gương mặt rạng rỡ, cô cười. Lúc niệm Phật, Thầy cũng theo dõi diễn biến thế nào? Đã thấy chuyển biến tốt. Bất thần, cô chắp tay lại, giống như chồm lên, quỳ lên vậy. Cô vừa chắp tay lên được thì liền buông thõng xuống. Với biểu hiện như vậy, có thể đoán được 99% cô đã vãng sinh. Nhưng để cho chắc, phải tiếp tục theo dõi hơi ấm tụ ở đâu? có tựu lên đỉnh đầu hay không. Nếu có những biểu hiện như vậy thì có thể biết được người này vãng sinh.

7.1.7. Trường hợp thấp hơn một chút: những người làm 10 điều thiện, giữ năm giới và tu Tứ vô lượng tâm, có tâm hướng thiện, không có tâm vãng sinh Tây phương. Họ nói và nghĩ luôn hướng tới cái đẹp; không muốn hướng tới, nhắc tới điều xấu, không muốn nói điều gì khiến cho người khác đau khổ. Trong cuộc sống, họ luôn tu trì như vậy và luôn muốn làm điều gì đó để đem đến hạnh phúc, bình an, vui vẻ cho mọi người. Cho nên thần thái của họ lúc chết vui vẻ, tỉnh táo, nét mặt tươi đẹp, giống như người nằm ngủ. Tuy chết nhưng vẫn mang vẻ tự nhiên như khi còn sống vậy.

7.2. Cảnh giới của Thần

Nhiều người khi mất, thân thể của họ thơm, mặc dù họ không tu Phật, không niệm Phật, chỉ làm điều thiện thôi. Họ cũng không có gì phải lưu luyến cõi này: không lưu luyến chồng, con, gia đình. Thân thể họ đặc biệt không đau nhức, nằm im như trong giấc ngủ và chết. Những người như vậy thường sinh ở các cảnh giới của cõi trời. Biểu hiện hơi ấm sẽ tập trung ở trên trán.

Tuy cùng được sinh vào cõi trời nhưng cần phân biệt: 1/ Hơi ấm tập trung trên đỉnh trán, thì sẽ đi vào cảnh giới của trời vô sắc. Cảnh giới trời vô sắc sẽ không qua thân trung ấm (Về sự hình thành của Thân trung ấm và khả năng hộ niệm trong vòng 49 ngày sẽ được trình bày ở phần sau). Ở đây, con người chết trong định Tứ không[1]. Ví dụ: A Na La và Út Đầu Nan Phất là những vị sinh ở cõi trời Vô sắc. Trong thế gian, ông ta là người có định lực cao. Chẳng hạn con người khi xuống nước, nếu hít thở thì nước sẽ vào, sẽ bị nghẹt thở. Là bởi con người còn có phân biệt giữa thân mình với nước. Nhưng, với những người đạt được định vô tưởng, khi cần xuống nước thì

---

[1] Tứ không 四空, cũng gọi Tứ vô sắc. Chỉ cho 4 cảnh giới đã vượt khỏi sự trói buộc của sắc pháp (vật chất). Tức định do tư duy về 4 cõi vô sắc mà đạt được. Nếu muốn sinh về 4 cõi vô sắc này thì phải tu tập 4 định Vô sắc. Nói cách khác, tứ vô sắc định là pháp đối trị sự ràng buộc của sắc pháp, là sự tu hành diệt trừ tất cả cảm giác và tư tưởng đối với ngoại cảnh và nhờ sự tu hành này mà đạt đến cảnh giới tinh thần của hư không tĩnh lặng, thanh tịnh vô nhiễm.

xuống và vẫn có thể thở bình thường. Lỗ chân lông của họ có thể hấp thụ dưỡng khí (không nhất thiết phải dùng lỗ mũi để thở). Những khả năng này vượt khỏi sự tưởng tượng của chúng ta; 2/ Hơi ấm tập trung ở chặng chân mày.

Tại sao hơi ấm lại quan trọng vậy? Vì hơi ấm là một phần duy nhất để duy trì mạng sống và ngã chấp. Thần thức con người hay chấp ngã nên thường hay bám vào hơi ấm để duy trì thân mạng. Bám cho tới khi hơi ấm cuối cùng chấm dứt thì thần thức mới ra đi, và tan theo đó. Hơi ấm này không phải bàn tay mình có thể sờ được, đòi hỏi phải có kinh nghiệm mới nhận ra được (trường hợp hơi đủ ấm thì chúng ta mới có thể cảm nhận được). Một điều khó đó là: làm sao để nhận biết được hơi ấm ra chỗ lông mày, hay ra ở trên đỉnh tóc. Lại nữa, chỗ lông mày với con mắt lại quá gần nhau, nhưng lại thuộc vào hai cảnh giới rất khác nhau. Nếu hơi ấm tập trung ở đỉnh đầu thì thần thức sẽ đi vào cõi trời vô sắc, thường là vãng sinh. Nếu hơi ấm tập trung ở chặng mày thì thần thức sẽ đi vào cõi trời sắc giới.

Xin minh họa trường hợp đi vào cảnh giới của thần: chuyện về một anh chàng đi thọ giới Bát quan trai. Một hôm, Cấp Cô Độc chẩn thí bằng cách cúng sữa cho mọi người. Anh không có tiền cúng dường, anh nhận việc lấy sữa đi phân phát cho mọi người. Thấy mọi người thọ giới thì anh ta cũng phát tâm thọ cho vui. Thọ giới xong, về nhà gặp cô vợ. Cô chạm vào người anh, anh nói: "Không, hôm nay tôi thọ Bát quan trai nên tôi không được đụng chạm vào người bà". Cô vợ giận, nhưng đành chấp thuận. Tối hôm đó, cô vợ chuẩn bị một nồi cháo nóng thật thịnh soạn để mời chồng ăn một chén, nhưng anh nói: "Không được, vì thọ Bát quan trai không được ăn phi thời". Cô giận quá, không chịu nổi, cô nổi cơn tam bành. Anh chồng kẹt quá, nghĩ bụng: "bảy giới khác thì giữ được, thôi thì ăn chút cũng không sao". Anh ăn cháo.

Chẳng may, nửa đêm anh ta chết. Chén cháo đó vô tình đã trở thành một cái hại, nó tạo thành một sức nặng của tâm hồn và khí huyết.

Chuyện đó nói lên rằng, anh ta bị ảnh hưởng bởi lỗ tai. Vì cô vợ nổi giận, giọng nói giận dữ đã vang vào lỗ tai, chịu không nổi, nên anh ta mới ăn cháo. Hai yếu tố: nghiệp của lỗ tai và chén cháo đã kéo thần thức đi xuống một chút, anh không sinh các cõi trời, anh trở thành một vị thần. Lúc đó, các vị Tỳ kheo đệ tử của Phật đi lạc đường, vị thần này hiện thân. Khi ông đưa tay ra thì tự nhiên đủ thứ, bao nhiêu sơn hào mỹ vị, châu báu tuôn ra từ tay ông. Phật nói "đó là do công đức rót sữa của anh. Cho nên nó chiêu cảm thành một vị thần có oai đức và tuôn ra thức ăn từ cánh tay". Một cái nhân như vậy, một cái quả như vậy: chỉ vì một chén cháo do bà vợ cằm ràm đã xảy ra chuyện này. Đây là chuyện xảy ra trong thời của đức Phật.

Hơi ấm cuối cùng đi ra ngay chỗ lỗ tai (từ con mắt đi xuống một chút xíu), người này đi qua cảnh giới của thần. Do thần thức ra từ lỗ tai, nên tai rất thính, có thể nghe được từ rất xa, nghe được nhiều việc, nghe được sự trao đổi của người khác. Làm thần nên được phước báo của thần: nhờ phước đức nên có thần thông, ăn uống không thiếu; và thường ngụ tại cây đa, miếu, thọ dụng sự cúng dường của người khác. Nhưng nếu dụng tâm ác thì trở thành thần hoàng.

Hồi xưa có một cô gái bị ông thần nhập vào, tới thi thố phép tắc với Thầy. Rồi lấy lá ổi, vẽ vẽ chú lên, thổi phù phù vào, đưa cho Thầy, nói: "Ông dám ăn không? Ăn sau bảy ngày, nhà ngươi chết". Thầy cho lá ổi vào miệng nhai và nuốt. Ăn xong, bảy ngày sau vẫn không chết. Vị này bắt đầu nhập xác, tới sờ mặt Thầy, khen "đẹp quá", lại nói "ở trên trời mới xuống". Qua lần đó, Thầy nói "thì ra ông là một người tu, có tâm tu, nhưng không giải thoát được. Ông bị chấp trước và vi phạm giới luật, nên ông rơi vào cảnh giới của thần. Do lỗ tai ông nghe được, nên ông biết chỗ này, chỗ kia. Ông chỉ là thần. Có gì đâu mà xưng này, xưng nọ. Không lo mà sám hối cái nghiệp của ông" Nói tới đó thì nó sợ run lên.

Như vậy, các loại thần thường có tâm tu nhưng bị phạm một hai giới nào đó, kéo xuống dưới cái phước sinh thiên. Do không có tâm nguyện vãng sinh, nên không vãng sinh được. Nếu có ác tâm thì đi qua cảnh giới của các vị thần ở đình, ở miếu, khiến chúng sinh phải cung phụng để thụ dụng. Tuy nhiên, sử dụng một thời gian, năng lực đó sẽ tự hết.

Quan Công là một vị thần và đã được Phổ Tĩnh thiền sư khai ngộ bằng một câu nói. Quan Công bị Lã Mông bầy kế, dùng móc câu kéo ngựa Xích Thố khiến ông ngã xuống. Lã Mông chặt đầu Quan Công dâng Tào Tháo để báo công. Thần hồn của ông cứ bay đi, bay lại trong hư không, nói: *Hoàn ngã đầu lai, hoàn ngã đầu lai!* [trả đầu cho ta, trả đầu cho ta]. Thần thức ông bay ngang qua cánh rừng, Phổ Tĩnh thiền sư nói "Ai đó? Có phải tiếng của Quan tướng quân hay không?". "Vâng, ta chính là Quan Vân Trường đây". Phổ Tĩnh nói: "Còn nhớ ta không? Ta với ngài vốn là bạn cùng làng đó". Quan Công nhớ lại. Thì ra một người theo nghiệp đao binh, một người xuất gia tu hành. Phổ Tĩnh nói: "Ngài làm tướng nhưng không hiểu đạo làm tướng. Ngài qua năm ải chém sáu tướng, bao nhiêu sĩ tốt rơi đầu dưới thanh long đao của ngài. Nếu như họ cùng đứng lên đòi đầu thì ngài có được mấy cái đầu để trả cho họ?". Quan Vân Trường không biết trả lời thế nào. Phổ Tĩnh nói tiếp: "Thân làm tướng thì da ngựa bọc thây, chết trên sa trường. Đó là hạnh phúc của vị tướng. Thế mới đúng nghĩa của người làm tướng". Nghe vậy, Quan Trường giác ngộ, nên không đi đòi đầu nữa, ngài phát nguyện trở thành một vị hộ pháp trong chùa, lấy tên là Già Lam Thánh Chúng

Hộ giáo Hộ giới. Sau này trong chùa có ghi là Già Lam Thánh Chúng Hộ giáo Hộ giới Bồ tát.

Như vậy, trong cảnh giới của các loài thần: nếu quy ngưỡng, họ trở thành thiện thần hộ pháp; nếu là ác thần, họ có thể dùng sức thần thông để chiêu cảm rất nhiều việc khác nhau.

Nếu sinh vào cảnh giới của Thần thì hơi ấm đi ra từ vùng đỉnh trán qua con mắt tới lỗ tai. Mấy cảnh giới của tầng trời lục dục thiên thì hơi ấm vẫn nằm ở trên trán, nhưng thần thức thì lại đi ra từ đan điền. Cũng lạ! Có lẽ do quá trình tụ khí đan điền quân bình trong thiền định. Những người này vẫn còn yếu tố của dục, sân. Do sân nên không sinh cõi trời được, nếu bỏ sân đi thì vẫn còn dục. Thần thức đi ra từ rốn thì đi vào cảnh giới của sáu tầng trời cõi dục; tuy nhiên, ban đầu, hơi ấm vẫn lên trán. Cảnh này rất khó phân biệt.

7.3. *Trường hợp thứ ba*: hơi ấm tựu lại trên tim. Sau khi hơi ấm tan khỏi tim thì thần thức lại ra từ con mắt. Biểu hiện của nó là thân thể không đau nhức, tinh thần vui vẻ, chiêu cảm mọi việc trong gia đình (tức là thương nhớ con cái, muốn quây quần, muốn lại gần, muốn hội tụ, có khi lại căn dặn, dặn dò con cháu việc này, việc kia). Nét mặt bình thản, vui vẻ, họ quy y Tam Bảo, thọ trì năm giới cấm, không tu tứ vô lượng tâm. Họ không có tâm nguyện vãng sinh, nên họ tái sinh lại làm người.

7.4. *Trường hợp thứ tư* đoạ vào đường ngã quỷ. Nếu đoạ vào ngã quỷ, biểu hiện hơi nóng thường tựu lại ở rốn, từ rốn đi lên đến bụng. Thường, nói tới bụng, tới rốn là nói đến trạng thái của tiêu hóa, của đói khát. Về năng lực tinh thần: người này sống một cuộc đời xan tham, bủn xỉn. Lúc nào cũng chỉ biết đến cái bụng của họ thôi. Từ đó mà tích lũy thành một dạng năng lượng. Khi thân mạng chấm dứt, thì hơi ấm tựu lại ở bụng. Biểu hiện trên khuôn mặt: thấy họ liếm mép. Vì đói, muốn ăn, thích ăn nên liếm mép. Biểu hiện lúc gần mất: toàn thân nóng ran, sau đó từ từ nguội dần; cuối cùng, hơi nóng chỉ còn tụ lại ở bụng. Mắt của họ không bình thường, trợn ngược lên, hai tay nắm chặt lại, nét mặt buồn thảm, xấu xí. Đây là biểu hiện sẽ bị đoạ vào cảnh giới của ngã quỷ. Khi hơi ấm vừa tan thì nghiệp thức đi ra. Nghiệp thức không tan trên bụng, nó dẫn lên và đi ra qua lỗ mũi. Nghiệp thức đi ra qua lỗ mũi là biểu hiện đoạ vào cảnh giới của quỷ dạ xoa. Thức ăn của nó là hương thơm. Quỷ dạ xoa rất thích ngửi mùi thơm của dạ lý hương. Tại sao nghiệp của loài này là đói khát? và không phải đói thức ăn mà là đói mùi hương? Có lẽ vì vậy nên thần thức ra từ lỗ mũi.

Quỷ dạ xoa có ba loại là: Tốc Tật Dạ Xoa, Phi Hành Dạ Xoa và Địa Hành La Sát. Tốc Tật Dạ Xoa là loài chạy rất nhanh, Phi Hành Dạ Xoa là loại bay lưng chừng và Địa Hành La Sát (là quỷ nữ, thân hình xấu, nghiệp của nó nặng hơn, không bay nhảy được. Nó thường chạy trên mặt đất nên gọi là Địa hành la sát). Đoạ vào cảnh giới những loài này là do nghiệp xan tham, bủn xỉn khi sống. Đến khi chết, hơi ấm tựu ở bao tử, thần thức ra qua lỗ mũi.

Khi hơi ấm ra từ bụng, thần thức ra từ miệng thì đoạ vào cảnh giới của ngạ quỷ. Loài này bị đói khát nên lúc nào cũng cảm thấy cần phải ăn. Bụng như cái trống, cổ như cái kim nên không đưa thức ăn vào được. Cần phải nấu cháo thật loãng, đọc những câu chú hộ pháp, nhất là câu chú biến thực, biến thủy để biến ra thực phẩm thì nó mới ăn được.

Trường hợp hộ niệm mấy giờ đồng hồ nhưng sờ bụng thấy nóng rực lên, tim cũng nóng thì phải làm sao? Nóng ở tim là cảnh giới của con người; nóng ở bụng là cảnh giới của ngạ quỷ; từ đó đi ra 2 đường: nếu thần thức ra đẳng miệng thì là loài ngạ quỷ đói khát; nếu đi ra qua lỗ mũi thì là quỷ dạ xoa. Như vậy người này đang đứng giữa ngã hai đường. Có thể trong đời sống của họ cũng có tu nhân, thỉnh thoảng cũng bố thí, cũng sống nhân nghĩa nhưng cũng xan tham, bủn xỉn. Khi xan tham thì không ai bằng, nhưng khi nói về đạo đức thì cũng chẳng chịu thua ai.

Chúng ta cố gắng hộ niệm cho họ bằng cách: múc một ly nước, nhìn vào ly nước đó, dùng năng lực tinh thần của mình, nắm chắc vào, rồi đọc biến thực, biến thủy và vãng sinh. Đọc biến thực 21 lần, đọc biến thủy 7 lần và đọc vãng sinh 7 lần. Khi đọc sẽ gặp một chút khó khăn như sau: tên người đó là Nguyễn Văn A thì khi đọc tới chỗ "Ta bà ha", thì mình điền tên người đó vào sau chữ "Ta", ví dụ như "Ta Nguyễn Văn A bà ba". Cần phải tập cho quen miệng, tâm không được loạn thì mới có diệu dụng. Khi đã đọc quen rồi thì tâm mới nhiếp. Nhờ nhiếp tâm nên sẽ tạo ra một năng lực tinh thần (năng lực này có thể chuyển hóa thần kỳ). Lúc đó, ly nước không còn là nước bình thường nữa mà là nước hộ pháp. Chỉ cần rẩy một chút xíu lên bụng, lên tim và bôi chút xíu lên miệng của họ (nhớ là đừng đụng tay của mình vào người mất, nên lấy một cái lá, chút bông, hay một miếng vải nhúng vào ly nước, và bôi lên miệng họ). Bằng năng lực hộ pháp này đã khiến cho họ cảm thấy no đủ, thần thức, nghiệp, tư tưởng của họ hồi lại. Làm như vậy có thể chuyển hoá nghiệp: từ nguy cơ có thể bị đoạ vào cảnh giới ngạ quỷ phải chịu ngàn năm đói khát chuyển sang kiếp người sống an lành hơn. Hai cảnh giới đó khác nhau một trời, một vực.

Điều này cho thấy: người hộ niệm hoàn toàn có thể chuyển hóa được nghiệp của họ. Với những người tu hành không đắc đạo, nhưng nếu lúc cận tử nghiệp, hoặc lúc lâm chung biết khéo léo tu tập, hướng dẫn thì vẫn có thể chứng được Diệt tận định, có thể chứng được A la hán. Vậy mới nói:

khả năng giác ngộ của chúng sinh là bất khả tư nghì. Không có giới hạn, không có điều kiện, chỉ cần duyên đủ thì giác ngộ.

Nên nhớ đừng động vào thân, vào đồ vật của họ, vì đụng đến họ sinh ngã chấp, sẽ làm cho tâm thức họ bị đọa lạc thêm. Vì khi đó, họ không còn cảm thọ về tâm sinh lý, nhưng về mặt tâm thì họ vẫn còn (tâm chưa ra khỏi xác; tâm lúc đó nhanh nhạy hơn lúc bình thường). Nếu họ chết thật trong lúc đó thì sẽ dẫn tới nổi sân. Sân thì đi vào cảnh giới A tu la.

7.5. Trường hợp thứ năm cảnh giới sinh vào súc sinh, thì biểu hiện như thế nào? Hơi ấm tựu lại ở đâu? ở đầu gối. Biểu hiện của người này là bắt đầu nhớ: nhớ chồng, nhớ con, nhớ người thân, quyến luyến không muốn xa rời. Và rồi, mồ hôi tay, mồ hôi chân vã ra, run lẩy bẩy, miệng nói khò khè; thậm chí đòi ăn nhưng không nuốt được; nét mặt thì sợ hãi xấu xí. Hơi ấm ráng tựu lại, ráng giữ lại, nhưng khi hơi ấm tan thì thần thức từ đầu gối đi thẳng qua đường sinh dục, nhận lấy thân súc sinh tanh hôi, khai ngấy.

7.6. Trường hợp thứ sáu nếu hơi ấm tựu lại cuối cùng ở bàn chân thì chắc chắn đoạ địa ngục. Nhưng thần thức đi ra chỗ nào? Ra đường hậu môn. Biểu hiện của người chết như thế nào? Hai mắt nhắm lại, tay quơ cào chỗ này, chỗ kia. Cảm giác như đi vào một thế giới hư không. Rồi quần quại, kêu gào, than khóc, hoặc là xoay mặt vào vách, hoặc nằm úp xuống không muốn nhìn ai hết; hai con mắt đỏ ngầu lên, thân hình co rút lại, phân vãi ra, nét mặt sợ hãi, biến dạng, có khi lỗ mũi vẹo sang một bên, hay miệng méo xệch đi. Căn cứ hơi ấm tụ ở bàn chân, chúng ta biết thần thức sẽ ra từ hậu môn. Đó là sáu cảnh giới trong luân hồi.

Tóm lại, hơi nóng ra ở các điểm đỉnh đầu, trán, mắt, lỗ tai, ở bụng (đan điền), đầu gối, bàn chân. Hơi ấm tụ trên đỉnh đầu, thì lên cõi thánh. Nếu một người biết niệm Phật cầu vãng sinh, có đời sống an nhiên tự tại, thánh thiện, họ ra đi bằng thoại tướng báo hiệu trước, thì chắc chắn vãng sinh. Nóng ở trán nhưng thần thức ra ở chỗ đan điền. Nóng ở đầu gối, nhưng thần thức ra ở đường tiểu tiện. Nóng ở bàn chân nhưng thần thức ra ở từ đường đại tiện, tức là hậu môn. Đừng thấy họ chết nhẹ nhàng, gương mặt tươi tắn, thân thể mềm mại thì xem đó là vãng sinh. Như vậy không đúng. Có người niệm tới mấy chục tiếng đồng hồ như vậy, không biết cách tháo gỡ từ chỗ nào, vấn đề quan trọng là ở chỗ đó. Đó là sáu điểm. Vậy, gặp tình huống nóng bàn chân thì phải làm sao? Nóng ở đầu gối thì dùng kinh gì? Hộ niệm như thế nào? Về phương pháp hóa giải sẽ được đề cập ở phần sau.

8. Tứ thực là gì?

Lời đầu tiên, xin dẫn lời của đức Phật: "Tất cả chúng sinh nhờ ăn uống mà tồn tại". Nên hiểu ăn uống ở đây không phải là ăn những thực phẩm đơn thuần. Có bốn loại thức ăn, là: Đoàn thực, Xúc thực, Ý tư thực và Thiền duyệt thực. *Đoàn thực*: thức ăn bằng thực phẩm. *Xúc thực*: thức ăn do quá trình tiếp xúc. Phân biệt thế này: khi nghe một bài pháp, chúng ta chuyên tâm thanh tịnh, lòng mát mẻ nhẹ nhàng. Thế nhưng, khi tiếp xúc với một âm thanh chát chúa ồn ào thì tâm chúng ta mệt mỏi. Rõ ràng, xúc thực có ảnh hưởng tới tinh thần của chúng ta. *Ý tư thực* là những cảnh giới hết sức phức tạp.

Trước đây, Thầy có tiếp xúc với một ông cụ. Ông có ba người con làm bác sĩ, trong đó hai người là bác sĩ Tây y và một người là bác sĩ Đông y. Cha đau yếu suốt 7 năm. Họ đã chăm sóc cha rất chu đáo, nhưng bệnh tình của cha không thuyên giảm. Đây là một gia đình Phật tử thuần thành, họ cung thỉnh nhiều vị cao Tăng, nhiều thầy lớn tuổi vang danh đến để khai thị, hộ niệm. Nhưng khai thị hoài, hộ niệm hoài mà ông cụ vẫn không đi. Trong gia đình bối rối vô cùng, chẳng biết ông đi lúc nào. Lại còn sinh tâm mê tín nữa, rằng: nếu ông đi vào ngày đó thì người con lớn bị ảnh hưởng làm sao, người con nhỏ bị ảnh hưởng thế nào, cái mộ huyệt chôn hướng Đông, hướng Tây sẽ ảnh hưởng đến việc làm ăn của gia đình như thế nào... Các con trai của ông cụ có thể nhường nhau một chút, nhưng con gái và các cô con dâu thì rất khó chịu, bởi họ sợ ảnh hưởng tới gia đình riêng của họ. Cả gia đình bảy tám người con cứ rối loạn cả lên. Thầy thấy: thức ăn được truyền qua ống sông vào bụng, nhưng ông cụ này không tiếp nhận thức ăn nữa. Vậy, tại sao ông vẫn sống? Đó là một điều hết sức phi khoa học, vì bao tử không nhận thức ăn thì lấy năng lượng đâu để tồn tại? Ông nằm im một chỗ bảy năm, nhưng thực sự không tiếp nhận thức ăn tới sáu tháng. Đức Phật dạy: con người có bốn loại thức ăn. Áp dụng vào trường hợp này, thấy: ông không còn đoàn thực, không còn xúc thực, nhưng, chắc chắn, ông còn một khả năng duy trì mạng sống bằng ý chí, đó gọi là *Ý tư thực*.

Lần đó, Thầy dùng tâm yên ả, thanh tịnh để cảm nhận xem ông cụ này vướng mắc ở đâu? Tại sao ông có thể sống một cách kỳ diệu như vậy? Mới hiểu ra: ông cụ có điều trăn trở nào đó đối với người vợ. Thầy hỏi thật bà cụ: "Bà! Có phải đêm đêm bà hay vào tâm tình với ông cụ phải không?" Thầy đoán mò vậy thôi, vậy mà trúng. Bà cụ nói: "Sao Thầy biết hay vậy?" Thầy hỏi lại: "Có phải như vậy không?" Bà nói: "Đúng. Tối nào tôi cũng vào đây ngồi. Tôi đâu có biết làm gì nữa, tôi ngồi tôi nói chuyện với ông. Tôi oán hận cuộc đời của tôi, tôi oán hận ông là ngày xưa, ông theo bà này, bà kia, ông bỏ tôi cầu bơ, cầu bất, tôi cơ cực vô cùng. Tới bây giờ ông nằm im một chỗ, không có bà nào chăm lo cho ông, chỉ có một mình tôi. Tại sao cuộc đời tôi khốn khổ thế này? Ông ơi! Tại sao ông đối xử với tôi như thế? Tại sao ông nỡ đối xử với tôi như vậy?" Thế là tâm thức của ông nghe được và ông muốn sống. Ông muốn bù đắp, muốn làm cái gì đó để chuộc lại lỗi lầm. Khả năng đó, ý chí đó trỗi lên liên tục. Nhờ vậy, ông duy trì được hơi thở. Đó là khả năng duy trì mạng sống bằng ý chí, được gọi là *Ý tư thực* [năng lượng tạo ra sự sống bằng ý chí].

Nếu như người nào đó không được khai thị và chết trong bối cảnh đó, chắc chắn sẽ khó tránh khỏi sự đọa lạc. Cho nên, Thầy nói: "Được rồi. Bây giờ bà nghĩ xem cuộc sống này có gì vui không? Nếu như ông có khoẻ lại thì bà cũng già rồi, chẳng có gì vui hết, thì thôi hai người có thương nhau thì về Cực lạc Tây phương đi". Bà nói: "Về Tây phương làm sao mà gần gũi vợ chồng được?" Thầy nói: "Được hết". Thầy nói có đúng kinh điển không? Sai bét phải không? Nhưng mà đúng đấy, vậy đúng ở chỗ nào? Thầy đã tháo gỡ sự chấp trước của chúng sinh. Tức là đã Như thị, Như pháp mà nói phải không? Còn nếu như y giáo phụng hành, chúng sinh đọa lạc thì không còn phải là kinh nữa. Cho nên kinh là khế cơ, khế lý và khế thời. Thầy mới nói: "Bà yên tâm đi, về Cực lạc Tây phương, ông với bà tha hồ mà sống hạnh phúc". Bà nói: "Được không Thầy?" Thầy nói: "Được! Thầy làm thầy, Thầy không nói dối bà. Bà tin chiếc áo này, bà tin oai lực của Tăng". Thế là bà nói: "Được rồi! Vậy bây giờ tôi phải làm sao?" Thầy nói: "Bây giờ tối tối bà vào nói lại với ông rằng: Ông ơi, cuộc đời này khổ lắm. Nếu như ông có thương tôi thì ông cứ niệm A Di Đà Phật. Ông niệm A Di Đà Phật đi và ông cầu sinh về Tây phương Tịnh độ. Ông về trước, tôi sẽ về sau. Lúc đó tôi với ông không còn khổ đau nữa, tôi với ông không có còn cái cảnh như thế này nữa đâu. Ông đi đi ông. Bà cứ nói như vậy đi".

Ba ngày sau, gia đình gọi Thầy: "Thưa Thầy! Sao ông nội con vẫn còn nằm im mà chưa chết?" Thầy nói: "Thôi được rồi, đưa điện thoại đây để Thầy nói chuyện với bà". Hỏi "Hôm nay bà nói chưa?" Bà nói: "Chưa nói được. Nỡ nào nói chia tay, Thầy". Thầy nói: "Chia tay đi. Tình nghĩa đôi già chỉ thế thôi". Bà nghĩ sao đó, rồi bà nói: "Được rồi, tối nay con sẽ nói". Từ tối đó bà nói, nói ba ngày liền. Bà hỏi: "Tại sao tôi nói 3 ngày rồi mà ông ấy vẫn còn thở?" Thầy nói: "Không, từ từ nó sẽ chuyển. Bà nói thêm nữa đi và Thầy tin chắc không quá 10 ngày ông sẽ đi". Quả nhiên, bảy ngày sau ông trút hơi thở cuối cùng.

Chúng ta đang nói ở *tứ thực*, mỗi cái "thực" khác nhau. Người ăn bằng đoàn thực, thì ham ăn, không muốn làm con quỷ đói. Với họ cứ ăn vào rồi chết cũng được. Có người sống bằng xúc thực, hương thực, rồi ý tư thực và cả có người sống bằng thiền duyệt thực. *Thiền duyệt thực* là cảnh giới của những người tu hành. Trong thiền định, họ có thể duy trì mạng sống ngang bằng với trời đất. Đó là cảnh giới của các vị A la hán như: Mục Liên Đế Tu.

Có những chúng sinh tu hành muốn hướng tâm tới cảnh giới thiền duyệt thực cho nên trong tâm cũng có sự an lành. Nói chung quá trình ăn uống và duy trì mạng sống của mỗi chúng sinh khác nhau. Nghiệp tạo ra mỗi người một khác.

9. Hộ niệm cho người lâm chung

9.1. Ý nghĩa của hộ niệm

Đức Phật Thích Ca đã thuyết giảng về hộ niệm. Ngài nói: "Này các Tỳ kheo! Có người lấy sáp bỏ vào bình sứ rồi ném vào ao nước. Như vậy, bình sứ có nổi không?", "Dạ không", "Nếu đập vỡ bình sứ thì sáp có chìm xuống không?", "Dạ không", "Vì sao?", "Bởi vì sáp nhẹ", "Còn nếu như đem đá, đem sỏi bỏ vào trong bình sứ, khi bình sứ vỡ ra thì đá nổi hay chìm?" "Đá chìm". Phật nói rằng: "Các ngươi hãy cầu nguyện làm sao để cho đá nổi lên và sáp chìm xuống. Có được hay không?", "Hoàn toàn không được". Rõ ràng: việc hộ niệm còn tùy thuộc vào nghiệp của người lâm chung.

Đừng nghĩ rằng: hộ niệm có thể biến nghiệp ác của người ta thành nghiệp thiện. Không phải như vậy. Nó có khả năng tự chuyển bên trong nếu như người (người lâm chung) nghe được sự hộ niệm, nhận ra sự hộ niệm và tâm của họ có sự chuyển biến. Giống như trường hợp cả đại chúng cùng hộ niệm cho mẹ của Mục Kiền Liên khiến tâm của bà mát mẻ thanh tịnh. Từ sự thanh tịnh này, bà xả bỏ tâm keo kiệt, bủn xỉn. Kết quả: tự bà thoát ra khỏi cái nghiệp bao vây.

Câu chuyện về hộ niệm đã xảy ra từ thời đức Phật tại thế-chuyện về Butigata. Butigata là một vị Tỳ kheo, đệ tử của Phật. Butigata bị bệnh ghẻ lở, toàn thân lở loét, nước chảy ra khắp người[1], dính cả vào y áo, thân thể tanh hôi, không ai muốn gần. Đặc biệt, vào mùa mưa, thân thể đau đớn vô cùng. Ông ta phải chịu đựng căn bệnh đó từ lâu lắm rồi.

Một hôm, đức Phật đi khất thực ngang qua làng thấy có một vị đệ tử bị bệnh. Đức Phật đến. Không ngần ngại về sự dơ bẩn, tanh hôi của bệnh tật, Ngài bế vị Tỳ kheo này ra ngoài trời, cởi áo ra, đích thân đức Phật tắm rửa, lau chùi những vết thương đó, xong phơi khô cho bớt đau đớn. Lúc đức Phật lấy y áo đi giặt, ngài A Nan bạch với đức Thế Tôn: "Để cho con được giặt y áo", Phật nói: "Được rồi. Ngươi giặt y áo, ta xối nước cho". Việc rất đơn giản như vậy, nhưng đã kinh động tới trời Đế Thích. Trời Đế Thích biết đức Thế Tôn là một đấng tôn kính trong ba cõi, tại sao đi làm những việc như thế này. Đức Phật nói: "Này các Tỳ kheo! Người tu hành không biết thương nhau thì ai thương chúng ta được nữa. Nếu như ai phát tâm chăm sóc người bệnh tức là đã cúng dường ta, công đức ngang bằng với cúng dường ta". Đức Phật đã chăm sóc vị Tỳ kheo với đầy đủ tình thương như vậy. Đức Phật nói: "Này Tỳ kheo Butigata! Thân mạng này một

---

[1] Nay gọi là bệnh cùi (hay còn gọi là bệnh hủi, bệnh phong).

khi đã xả bỏ, nó cũng chỉ như cây gỗ mục. Do vậy, ngươi đừng để tâm vào sự đau đớn, luyến tiếc, mệt mỏi làm gì. Thân này không có một giá trị gì. Tâm thanh tịnh, bình an mới có giá trị" Bằng oai lực của Phật, bằng hành động đầy tình thương của Phật và bằng sự nhắc nhở của Phật, vị Tỳ kheo này giác ngộ ra chân lý, và trong một sát na, ngài chứng thánh quả A la hán, đi vào cõi diệt tận định.

Chúng ta thấy: việc hộ niệm đã xảy ra từ thời của đức Phật. Cảnh diệt tận định là công phu tu tập trong đời sống hiện tiền. Do phiền não, khổ đau quấn chặt trong tâm nên ông không thể nhập được. Giờ đây, bằng sự hộ niệm của đức Phật, bằng tình thương trải rộng của đức Phật, tâm ông được mát mẻ. Từ đó, ông lĩnh hội được cảnh diệt tận định của A la hán. Câu chuyện này đã cho chúng ta nhiều ý nghĩa về tình thương của đức Phật, đặc biệt là về tác dụng của hộ niệm.

Khả năng của hộ niệm là vậy. Hoàn toàn không nên nghĩ rằng hộ niệm là điều phi lý, là điều vớ vẩn. Đây thực sự là việc làm đúng, là việc cần làm. Khi hộ niệm, chúng ta phải có tâm thanh tịnh, phải có một năng lực hộ niệm. Nếu cứ ôm mãi tâm vọng tưởng, phiền não, khổ đau, thì sao có thể hộ niệm được. Giống như muốn cho người ta một trạng thái thanh tịnh nhưng bản tâm của mình lại không thanh tịnh, thì lấy gì để cho? Cho nên, việc tu trì của người hộ niệm rất cần thiết; cần tạo không gian để có được sự hộ niệm thanh tịnh.

9.2. Cách thức hộ niệm, khai thị

Có 4 loại nghiệp chi phối người lâm chung: Tập quán nghiệp, Tích lũy nghiệp, Cực trọng nghiệp và Cận tử nghiệp. Quá trình đi tìm kiếm thức ăn của tâm đã tạo ra sự khác biệt như vậy, nên, cái chết của mỗi người mỗi khác và biểu hiện chết của họ cũng không giống nhau. Biểu hiện chết khác nhau nên tâm thức cũng khác nhau. Tâm thức của người chết khác nhau thì hộ niệm cũng phải khác nhau. Nếu không được học những giáo nghĩa này và những điều được mô tả ở mấy phần trước (về biểu hiện của cái chết như thế nào? đầu thai như thế nào? đọa lạc ra sao?), cứ nhất nhất theo một khuôn mẫu chung thì hoàn toàn sai lầm. Bởi vì, biểu hiện ở thế gian này không có cái nào giống cái nào. Sao có thể mô tả hết mọi hiện tượng của một người sắp chết? Những mô tả ở trước chỉ mang tính khái lược. Hiểu được cấu trúc của nghiệp để hộ niệm đúng cách thì sẽ đem lại kết quả.

Dựa theo nguyên lý hơi ấm tựu lại ở đỉnh đầu, trán, mắt, trái tim, bụng, đầu gối hoặc bàn chân để chúng ta có thể tiên đoán được (tiên đoán chưa chắc đã đúng) cảnh giới tái sinh. Với những vị tu chứng thì khả năng tiên đoán rất tốt, và có thể nhìn thấy rõ. Tuy nhiên, chúng ta vẫn có thể giúp cho người sắp chết một phần. Đó gọi là hộ niệm. Hộ là gì? Hộ là trợ giúp. Niệm là gì? Niệm là suy nghĩ, là niệm thanh tịnh. Hộ niệm là trợ giúp cho những người sắp mất.

Nghiệp của người đã chết, tự bản thân họ, lúc ấy khó làm được gì thêm nữa, nhưng người còn sống thì có thể giúp họ được. Người hộ niệm chia thành 2 nhóm: tại gia và xuất gia. Nhóm xuất gia dùng chỉ cho tầng lớp Tăng lữ, họ dùng công đức tu hành thanh tịnh để hộ niệm; hoặc, có thể, họ biết các cảnh giới tái sinh nên họ gia tâm hộ niệm nhắc nhở. Những người tại gia gồm: thân bằng quyến thuộc và đặc biệt là gia quyến. Gia quyến có năng lực hộ niệm rất mạnh. Sự hộ niệm của người chồng, người vợ đôi khi mạnh hơn chư Tăng (đôi khi, chứ không phải tất cả). Bởi thế, đừng nghĩ rằng việc hộ niệm của người trong gia đình là không cần thiết.

Nếu như người thân trong gia đình ở trong trạng thái buồn phiền, chán nản, mệt mỏi, khổ đau, thì lấy sức đâu mà hộ niệm? Cho nên, mọi người trong nhà nhất nhất phải giữ tâm thanh tịnh. Muốn hộ niệm tốt thì phải tu tập từ bây giờ. Khóc lóc, than thở thì không nên, bởi chỉ tạo thêm sự quyến luyến. Có người nói: chết rồi, tai không nghe được nữa; làm sao có thể nghe được những than thở mà quyến luyến? Lỗ tai tuy không nghe được, nhưng tâm còn nghe được, tự tâm họ cảm ra được.

Hộ niệm khi thần thức chưa ra khỏi xác. Trong quá trình hộ niệm, nên để cho họ nhìn thấy tượng Phật. Nếu không có tượng Phật, thì, nên có các chú thiện nam đứng ở dưới chân (để cho họ khép mắt vẫn có thể trông thấy; và họ thấy được hình dáng của người nam thì sẽ mạnh mẽ hơn).

Một người hấp hối, lâm chung, chúng ta hộ niệm cho họ như thế nào? Chúng ta mở cái máy niệm Phật chăng? Việc đó hoàn toàn không có tác dụng. Máy chỉ có tác dụng với người còn sống, giúp tâm lượng thánh thiện hiện ra và biến thành năng lực để hộ niệm. Nhưng, máy niệm không tạo ra được âm thanh thanh tịnh. Đặc biệt, đến chu kỳ tan rã của tứ đại thì máy hoàn toàn không còn tác dụng lên lỗ tai. Đây là điểm sai lầm hết sức, cần đặc biệt lưu ý.

Niệm rõ ràng, không cần niệm to, nhưng âm thanh dứt khoát. Thầy lưu ý: 1/ với người gần chết không nên niệm chậm, nên sử dụng thêm tiếng khánh. Âm thanh vang bổng của tiếng khánh dễ đi vào tâm (tiếng mõ có âm trầm đục, nên không có tác dụng vang xa như tiếng khánh); 2/ người gần mất rất mệt, đang bị bấn loạn, lo lắng, hãi hùng nhiều thứ, nên phải dùng hết tâm lực để niệm nhanh một chút, niệm liên tục. Để cho nhanh, có thể niệm bốn chữ *A Di Đà Phật*. Nếu, có hơi dài thì niệm *Nam Mô A Di Đà Phật*. Nên niệm nhanh một chút, tạo ra âm thanh dồn dập như sóng hải triều. Nó vang mãi vang mãi, vang liên tục liên tục. Lúc ấy, họ sẽ cảm được ở trong hào quang đó, và họ đi ngay.

Kinh nghiệm hộ niệm cho thấy: không cần thiết phải niệm 8 tiếng, 10 tiếng, chỉ cần thấy tâm thức của họ đã được (đã chuyển biến tốt), thì có thể dừng. Tùy theo nghiệp của từng người, mà tháo gỡ nhanh hay chậm. Do vậy, việc hộ niệm cần phải uyển chuyển, linh hoạt. Khai thị cũng vậy, khi hiểu được nguyên lý, thì có thể tự làm. Nếu không có sách vở, không nhớ lời Thầy chỉ dạy, thì chỉ cần nói: "Thôi chị (/anh) niệm Phật đi. Niệm Phật theo tôi, cứ niệm Phật theo tôi, đừng lo gì hết. Cứ niệm Phật theo tôi". Nói vậy rồi mình niệm. Khi thấy gương mặt hãi hùng, lo sợ thì mình nhắc, nói rằng: đừng lo nghĩ, đừng sợ nữa, hãy để ý câu niệm Phật, niệm Phật theo tôi. Mình khuyên họ như vậy, tự nhiên, họ đi theo tâm của mình và họ làm theo. Đó là cách dễ dàng nhất.

Có trường hợp, người thân do không hiểu biết nên đã làm hại cho người chết rất nhiều. Nhất là việc khóc lóc, buồn phiền; thậm chí còn ôm lấy thân thể người chết mà khóc lóc; hoặc di chuyển; hoặc làm những việc nặng nhọc ảnh hưởng tới tâm lý của người chết. Vì lúc đó, do thần thức người chết chưa ra khỏi xác, nên bị ảnh hưởng rất nhiều: rất có thể khiến họ bị đọa lạc. Thậm chí, có người còn cố khóc to lên một chút để mọi người xung quanh thấy rằng mình thương nhiều hơn. Bình thường lúc còn sống chửi lộn, ghét nhau như ma. Bây giờ thấy chết thì cố khóc to lên. Nghe người khác khóc, mình cũng bắt chước khóc theo. Đừng làm như vậy. Không có tác dụng gì. Nếu Thầy chết, các vị đừng khóc. Các vị khóc, Thầy nổi nóng lên thì phiền đó. Tại vì đang chết đang phiền, lại còn khóc lóc thì chỉ làm phiền thêm nữa mà thôi. Tốt nhất là nên thanh tịnh niệm Phật. Hồng danh của Phật giúp cho tâm người niệm thanh tịnh. Một khi tâm người niệm thanh tịnh thì năng lượng thanh tịnh sẽ tỏa ra. Năng lượng đó sẽ truyền sang người mất, làm cho họ được an lành, mát mẻ. Đây là điểm cần thiết nhất trong lúc hộ niệm.

Về mặt không gian, chúng ta phải trang trí một tượng Phật, hoặc ảnh Phật; hoặc người hộ niệm nên là đàn ông, đứng thẳng, nhìn vào người mất để cho người mất nhìn thấy (tốt nhất vẫn là tượng Phật). Đối với chư Tăng thì tùy duyên, không câu chấp. Trong nghi thức còn có âm nhạc Phật giáo. Âm nhạc thì 3 miền Bắc, Trung, Nam khác nhau.

Thiền sư Thanh Từ theo dòng thiền, khi tới hộ niệm, Ngài tụng vài bài Bát nhã, nói vài lời khai thị, rồi ngồi thiền, hít thở, và truyền năng lượng thanh tịnh cho người chết. Đệ tử của Hoà thượng là một ông người Bình Định, cũng làm y như bổn sư dạy khi đến hộ niệm. Xét về mặt giáo lý (vị này đang ở trong chính niệm tỉnh thức, họ đang dùng tâm niệm này để gia hộ cho người mất), hoàn toàn không sai; nhưng về mặt thế sự, thì tang chủ không muốn ông làm vậy. Bởi, người ta cần cúng, hộ niệm sao cứ ngồi im ru, hít thở? Nhất định phải có những biểu hiện để cho tang quyến thấy được mình đang hộ niệm.

Khai là mở, *thị* là thấy rõ. Có những điều cũng phải cẩn thận khi khai thị. Khai thị nhiều quá sẽ làm cho người chết phiền não. Kinh điển ghi nhận: không nhất thiết lúc nào cũng khai thị. Giá trị của khai thị tùy thuộc vào khả năng thanh tịnh của người đi khai thị: **1/** đức Phật trở về hoàng triều Ca Tỳ La Vệ đúng lúc vua Tịnh Phạn băng hà. Với một năng lực thanh tịnh, đức Phật đã ngồi bên cạnh, khai thị cho vua Tịnh Phạn. Đức Phật đã bằng tâm tư mát mẻ để khai thị, nên vua Tịnh Phạn đã chứng quả Tu Đà Hoàn và được vãng sinh về Tây phương Tịnh độ; **2/** Những vị sư Tây Tạng có thể nhìn thấy được diễn biến lúc lâm chung, biết được họ chết như thế nào. Các ngài nói với người lâm chung: "Sai rồi, sai rồi! Quay lại, quay lại". Thế là vị kia ra khỏi cảnh tái sinh, và quay ngược lại, nói: "Tôi sai chỗ nào?". Tức là, ông ta đang trên đường chết, nghe tiếng gọi: "đừng đi, đi hướng đó sai rồi" thì ông ta quay lại, hỏi: "Sai chỗ nào?" Vị sư nói "thì nó như vậy, như vậy…"Ông ta nói: "Ừ. Cảm ơn" rồi chết tiếp. Đó là trí của những bậc đại sư; trí của chúng ta thì khờ khạo. Sự khác nhau là ở đó.

Việc khai thị phải nhờ vào hai yếu tố: 1/ thân quyến, 2/ vị thầy hộ niệm. Việc hộ niệm có thành công hay không còn tùy vào phước lực và nghiệp của người mất. Cô Thảo ở đạo tràng chúng ta có nghiệp trắc trở lúc lâm chung. Nhưng lại có duyên may, đó là: cuối đời cô có niềm tin tuyệt đối ở Thầy. Thầy hiểu niềm tin của cô dành cho Thầy như thế nào. Mọi việc Thầy hướng dẫn cô thực hiện rất tốt. Thầy biết rõ tâm của cô đang đứng ở đâu? cô có thể làm được gì? cô ra đi như thế nào? Cô đã quen với cách Thầy hướng dẫn và quen với giọng nói của Thầy. Khi đến bệnh viện, Thầy nói: "Cô Thảo! Thầy đến rồi đây". Vừa nghe Thầy gọi, thần sắc, tâm của cô chuyển biến ngay lập tức. Thầy chỉ nhắc nhở sơ sơ thì cô nhận ra liền: Thầy nói tới đâu, cô làm tới đó. Cứ như vậy, cô từ từ chết một cách an lành. Tóm lại, việc hộ niệm tùy theo cái tâm, cái duyên giữa vị thầy với người chết. Ngược với duyên ân là duyên oán. Nếu người có oán với người mất mà đi khai thị thì chỉ làm cho người mất sinh thêm phiền não.

Về nghi thức ở 3 miền Bắc, Trung, Nam khác nhau. Tùy thuộc vào hoàn cảnh, trường phái, phong tục mà có cách hộ niệm khác nhau. Có những người chỉ cần ngồi bên cạnh nói nhẹ nhàng về đạo lý thì người chết cũng có thể giác ngộ được; Hoặc có người không gặp Phật, không được gặp thầy, được hàng xóm khai thị (bằng sự nhắc nhở nhẹ nhàng) nhưng họ cũng có thể lĩnh hội được. Việc này không theo một công thức nào hết.

Thời điểm quan trọng để hộ niệm là sau khi thần thức ra khỏi xác. Đi theo được Ánh tịch quang (chiếu lần thứ nhất) thì được giải thoát, nếu không thì phải chờ Ánh tịch quang chiếu lần thứ hai. Ánh Tịch Quang Tịnh Độ không sáng rực rỡ như mặt trời, mặt trăng hoặc đèn pha. Gọi là ánh sáng nhưng nó không sáng, nó giống như bóng tối nhưng trong suốt, không bị cản trở bởi bóng đêm (nên gọi là tịch quang).

Lần thứ hai lúc thần thức ra khỏi xác. Không nhất thiết là phải sau tám giờ đồng hồ. Có người vừa mới chết liền đi thẳng vào cõi trời vô sắc[1]. Còn những cảnh giới khác phải đi qua trung ấm thân, thì phải chờ khi thần thức ra khỏi xác. Trường hợp mất tại bệnh viện, người ta không cho để lâu (nhiều lắm cũng chỉ được 4 tiếng đồng hồ), thì phải cẩn thận khi di chuyển thân xác này. Khi di chuyển xác, nếu không thể hiện được tình thương, thì vô tình đã kích động lên tâm của người chết và khiến cho họ nổi sân. Nổi sân thì sẽ tạo thành một loại Cận tử nghiệp xấu và thường đọa vào cảnh giới của A tu la.

Ánh sáng tịch quang tịnh độ chiếu lần thứ ba sau khi người chết được 14 ngày. Lúc đó, nếu có sự khai thị thì cũng có thể cứu vớt được tâm hồn của người mất rất nhiều. Khai thị cho Trung ấm thân khác so với khai thị lúc Cận tử nghiệp. Chúng ta sẽ đi vào nội dung khai thị cho Trung ấm thân ở phần sắp tới đây.

9.3. Một số kinh nghiệm hộ niệm cho người lâm chung

Dựa trên nguyên lý: tướng tự tâm sinh; kết hợp với kinh nghiệm tiếp xúc nhiều thì có thể đoán được nghiệp gì đang hiện trên gương mặt của họ. Cũng giống như: khi vui vẻ thì nét mặt trông giống như đang cười; khi an ổn thì

---

[1] Có người mới chết, nhất là người có phước, sinh ở các cảnh giới của cõi trời Vô sắc thì không đi qua trung ấm thân. Có người vừa chết, lập tức thần thức ra khỏi xác, nhưng cũng có người tới ba ngày sau thần thức mới ra khỏi xác, thậm chí sau khi chôn xuống đất, thần thức mới ra khỏi xác.

giống như người nằm ngủ; đang chiến đấu hay phản ứng với một điều gì thì tay chân co rút, mặt mày sợ hãi; khi tức giận thì mặt mày nhăn nhó, đau khổ.

A lại da là một kho tàng chứa tất cả hành trang của một con người từ vô lượng kiếp (đặc biệt là trong kiếp này). Từ thuở bé đến giờ, có bao nhiêu chuyện xảy ra. Cuộc sống hàng ngày không nhớ ra, nhưng đến lúc sắp mất thì nó hiện lên như một bộ phim quay chậm. Người sắp mất tự soi chiếu nội tâm và nhìn thấy tất cả những gì mình đã làm. Dối Trời, lừa đất, nhưng không dối được tâm của mình. Đây gọi là tòa án lương tâm. Họ thấy rõ nghiệp của họ và bắt đầu thấy sợ hãi. Tâm thức của người chết bắt đầu chuyển biến từ 8 giờ đồng hồ (mạnh nhất là 2 tiếng đồng hồ) trước khi chết. Khi mắt không muốn mở ra nữa thì A lại da quay lại rất rõ. Người hộ niệm phải biết để tìm cách hộ niệm, khai thị.

Trong kinh nghiệm hộ niệm của bản thân Thầy, có trường hợp tụng kinh *Lương Hoàng sám* không có kết quả, nhưng chuyển sang tụng *Kinh Địa Tạng* thì lại giúp cho họ được. Một điều rất linh hiển, đó là khi ông vừa chết, nghe thấy tiếng nói của ông trên hư không: "Con cảm ơn thầy. Bồ tát Địa Tạng đã dắt con đi rồi. Con cảm ơn thầy". Như vậy là sao? Bởi ông ta đã được giải thoát nhờ giáo nghĩa của *Kinh Địa Tạng*. Tại sao vậy? Đơn giản là vì nghiệp độc ác của cảnh giới ngạ quỷ, xan tham, bủn xỉn, đói khát hoàn toàn phù hợp cho việc đọc tụng *Kinh Địa Tạng*[1]. Khi hộ niệm, cần nhìn vào gương mặt của người mất để hiểu được hành nghiệp của họ

---

[1] Hóa thân của Bồ tát Địa Tạng trở thành Thái tử ở đất nước Triều Tiên. Có một giai đoạn, người dân Triều Tiên bị hạn hán suốt ba năm. Tăng chúng không có gì để ăn. Họ bỏ tu. Ngài nhường hết phần ăn của mình cho đại chúng. Người ta để ý xem ngài ăn gì để sống. Ngài ra lấy đất sét để ăn. Cứ vậy suốt hai năm ròng. Người ta tôn thờ ngài là Địa Tạng và lấy ngày mất của vị Thái tử là ngày vía đức Địa Tạng.

đã tạo ra trong đời sống hiện tiền, từ đó quyết định lựa chọn đọc bộ kinh nào cho phù hợp.

Chọn bản kinh phù hợp (với người mất) thì sẽ hóa giải được nghiệp của họ. Tức là thấy hơi ấm của người chết ở chiều hướng nào (tụ lại ở đâu) thì quyết định chọn giáo nghĩa phù hợp. Ví dụ: nếu hơi ấm trên đỉnh đầu thì nên tụng những bản kinh Đại thừa như *Kim cương, Bát nhã*. Những người thích ngồi thiền thì tụng *Kinh Kim cương* để khai thị cho họ. Người nào thích Tịnh Độ thì tụng *Kinh Di đà, Kinh Vô lượng thọ, Kinh Quán Vô lượng thọ*, những bản kinh về Phật Di Đà. Nếu hơi ấm tựu lại trên mặt, trên trán thì nên tụng *Kinh Thập thiện*. Hoặc nếu muốn dẫn dắt họ lên những cảnh giới cao hơn thì có thể tụng Sám Hối Hồng Danh, hoặc tụng kinh *Lương Hoàng sám* để tăng thêm phước điền cho họ, giới thiệu họ đến một cảnh giới cao hơn nữa. Đối với những người gây ra ác nghiệp, nghiệp sát hại thì nên dùng *Từ bi thủy sám*. Với những người giàu sang, phú quý, lại tạo ra ác nghiệp thì tụng *Lương Hoàng sám*. Với người luôn cho mình là giàu sang, phú quý nhưng ích kỷ, xan tham và lười học kinh điển, thì, khi chết họ sẽ chấp vào cái quý phái đó, vậy nên dùng giáo nghĩa của *Lương Hoàng sám* (vì kinh này dạy cho vua, cho cung nữ) để khai thị cho họ.

Oan gia trái chủ là gì? Là bóng nghiệp mà chính người đó tạo ra, không phải do một người nào đó làm hại họ. Nghiệp đã gieo xuống thì sẽ hình thành một quả báo. Oan gia trái chủ phải hiểu là: nghiệp tâm của chính bản thân mình hiện ra, hoàn toàn không phải do vong thức nào đó truy đuổi mình (cảnh bên ngoài tác động vào cũng có nhưng chỉ là hãn hữu).

Có trường hợp vừa nóng ở tim vừa nóng chân. Đó là biểu hiện của cảnh giới đang đứng giữa ngã ba đường: vào địa ngục hay sinh vào cõi người? Chứng tỏ đời sống người này vừa gây nhân con người và vừa gây nhân địa ngục. Vậy nên, khi nghiệp hiện ra, họ không biết đi hướng nào? Đi sai một chút là rơi vào bao nhiêu thứ đau khổ. Lúc đó cần phải hộ niệm như thế nào? Nếu có năng lực mạnh như các vị tăng xứ Tây Tạng thì có thể sử dụng thuật Phô Qua (tức là dùng năng lực Mật chú để dẫn thần thức của người mất). Tuy nhiên, phải tập luyện nhiều mới dùng được năng lực này. Thầy đã một, hai lần sử dụng thuật này. Khi dùng năng lực này thì người hộ niệm rất mệt.

Có thể dùng cách khác: đọc câu chú biến thực biến thủy. Tập trung tư tưởng, nhìn vào ly nước và đọc câu chú biến thực 7 lần hoặc 21 lần (đọc 21 lần thì tốt hơn, vì được gia trì lâu hơn nên sức mạnh tư tưởng sẽ cao hơn), sau đó, đọc biến thủy 7 lần và vãng sinh 7 lần. Với người mắc phải ác nghiệp, có thể đọc thêm câu chú Chuẩn Đề[1]. Nhưng tâm ấn của Chuẩn Đề là ấn Kim Cương Phược, thì không thể tùy tiện mà truyền được. Trong *Phương pháp hành trì Chuẩn Đề Đà La Ni* có ghi về các pháp ấn hành trì của Mật tông, đồng thời có dạy cách bắt một số ấn.

Cách sử dụng năng lực hộ pháp của Mật chú để hóa giải: nên rảy một chút nước ở dưới chân, một chút ở tim, có thể cầm sợi tóc trên đầu của họ giật nhẹ (đừng giật mạnh đứt tóc sẽ gây phiền não). Thuật Phô qua của Tây Tạng hóa giải chấp trước ở hai điểm: bàn chân và trái tim. Lúc đó, nhấc (tóc) trên đỉnh đầu thì hơi ấm xông lên đỉnh đầu, nhờ năng lực của Mật chú sẽ dẫn tâm thức lên đó.

---

[1] Chuẩn đề 準提. Phạm: Cundi, còn gọi Chuẩn đê, Chuẩn nê, Chuẩn đề quan âm, Chuẩn đề Phật mẫu, Phật mẫu chuẩn đề. Dịch ý là thanh tịnh. Là vị Bồ tát giữ gìn Phật pháp và bảo hộ mạng sống cho những chúng sinh đoản mệnh được thêm tuổi thọ.

Nói chung, muốn hộ niệm có kết quả, nên cố gắng hiểu được nghiệp của họ. Qua các biểu hiện của họ, có thể đoán biết họ đang mắc nghiệp gì. Từ đó, tìm cách hóa giải, tháo gỡ, dẫn dắt họ đi lên những cảnh giới cao hơn. Nếu trong gia đình không mời được thầy nào (do không có điều kiện, hoặc không biết phải làm gì), thì gia quyến chỉ cần niệm *Nam mô A Di Đà Phật* là đủ. Nhờ sức mạnh gia hộ của Phật Di Đà, bằng tâm niệm chí thành, tự nhiên, toàn thân chúng ta tỏa ra một năng lượng thánh thiện. Chúng ta sẽ hồi hướng năng lượng thánh thiện này cho người mất; người mất tự nhiên sẽ cảm nhận được, tâm họ trở nên an lành, bớt sợ hãi. Thế là họ được chết trong cảnh giới an lành. Những điều đó xảy ra ngay từ thời đức Phật còn tại thế khi Ngài về cung điện Ca Tỳ La Vệ khai thị để cho vua cha thấy được cảnh giới Cực lạc Tây phương.

Có thể thấy, các nội dung liên quan đến hộ niệm khá phong phú, đa dạng; cũng không có một cơ sở quy chiếu rõ ràng về vấn đề hộ niệm. Có 2 điều cần ghi nhớ: 1/ Nếu hoàn toàn tin vào năng lực của hồng danh Phật, năng lực giải thoát của kinh tạng thì có thể hộ niệm cho người sắp mất được hiệu quả; 2/ Vấn đề thần thức ra khỏi xác còn nhiều điều đang còn bàn thảo. Ví dụ: dáng của thần thức (khi ra khỏi xác) giống con người hay giống con gì? giống con người ư? Nếu vậy thì, thần thức của chúng sinh ở cõi trời khi đi ra sẽ trông giống như thiên chúng của cõi trời phải không? thần thức của các con vật khi đi ra thì sẽ giống con chó phải không? Hoàn toàn sai. Đó là điều chúng ta không biết rõ. Năng lực tồn tại sau khi chết là có, và không phải là bất biến.

PHẦN 2: TRUNG ẤM VÀ TÁI SINH

1. Thân trung ấm

Có một vị thầy chứng minh rằng: cuộc sống của chúng ta niệm niệm sinh diệt, không có cái gì tồn tại. Vậy tại sao khi chết còn lưu lại một cái gì đó? Có một thế giới vĩnh hằng ư? Nói như thế không đúng. Thực ra, xét về mặt hiện tượng, chúng ta đang tồn tại ở nghiệp. Không có cái nghiệp này thì ai nói và ai nghe? Khi chưa giải thoát, thì, khối nghiệp vẫn còn kết lại dưới một dạng năng lượng cực vi. Năng lượng cực vi này, Phật giáo gọi là "Thân trung ấm". Với một năng lực thiền định siêu việt, thì, không cần qua thân trung ấm. Còn lại, đều phải qua thân trung ấm.

Quá trình hình thành của Trung ấm thân như thế nào? Quá trình hình thành của trung ấm thân ở các cảnh giới khác chúng ta chưa rõ. Nhưng trong cảnh giới của con người, thân trung ấm trông giống như đứa bé chừng 5,6 tuổi. Phải chăng thân trung ấm sinh ra từ trong bụng mẹ: từ một cục thịt, dần dần phát triển tứ chi, lục phủ ngũ tạng, rồi não bộ? Không phải vậy. Ngay từ khi sinh ra, thân trung ấm đã có đầy đủ năm giác quan. Nó không phát triển từng phần như bào thai con người. Thân trung ấm sinh ra một cách tự nhiên, đầy đủ. Thân thể của nó cực vi tế, cho dầu thần lực của Phật cũng không có thể chặn đứng sự di chuyển của thân trung ấm. Chỉ có chỗ nó đầu thai mới có thể giữ chân nó lại được. Cho dù cứng chắc như kim cương, sắt thép, núi đá…thân trung ấm vẫn có thể xuyên qua được. Bởi vì, nó đi theo nghiệp.

Thân trung ấm có một sức mạnh di chuyển tới bất cứ chỗ nào nó muốn. Nhưng, khi di chuyển, nếu được phước dụng phải tòa kim cương của Phật, thì sẽ được giải thoát. Đó là một phước rất lớn. Tuy nhiên rất hiếm. Thọ mạng thân trung ấm của con người thường kéo dài trong 7 ngày. Vậy nên mới hình thành truyền thống *thất thất lai tuần*. Có những thân trung ấm vừa mới chết liền đi thẳng vào địa ngục, ngược lại, có những thân trung ấm vừa mới chết lại đầu thai ngay. Hễ đủ duyên thì đầu thai.

Ở đây, Thầy muốn giải thích một chút: bất kỳ trường hợp nào, hễ đủ duyên thì thân trung ấm sẽ đi đầu thai. Trường hợp người thân trong nhà mới mất, nhưng con cháu không biết lại cứ làm chuyện ân ái, thì sao? Mất, đó chỉ là mất cái thân (giống như bị mất nhà), họ luôn khát khao đi tìm sự đầu thai. Năng lực tìm kiếm sự đầu thai cháy bỏng ở thân trung ấm này. Khi thấy cảnh vợ chồng con cháu ân ái với nhau thì nó sẽ chui vào đầu thai. Mới làm ông, làm bà, làm cha, làm mẹ, nay chui vào làm con, làm cháu. Vì quen với thói làm bà, làm ông rồi, nên, khi sinh ra, nó sẽ là đứa trẻ ngỗ nghịch. Quen từ trong tập khí của nó, chứ nó hoàn toàn không biết. Dẫn đến tình trạng cha mẹ nói con không vâng lời; luôn có xu hướng cãi lại. Thậm chí nó còn chỉ trỏ, ra lệnh cho người lớn trong nhà. Đây là điều rất nguy hiểm! Phải thật sự cẩn thận! Bởi vậy, trong tang giáo, trong gia lễ xưa có quy định phải cư tang tới 36 tháng. Tuy nhiên, phong tục, tập quán này cũng đã gây trở ngại, nhất là đối với những vị vua, quan tứ trụ triều đình. Thân là quan trong triều, đội ơn vua, nhưng đang cư tang nên cũng không chịu nhận chiếu chỉ của nhà vua. Điều đó ít nhiều ảnh hưởng tới việc triều chính quốc gia, nên, đã giảm xuống còn 2 năm (24 tháng), rồi 9 tháng. Trong thời gian cư tang, con cái lo lắng, buồn phiền, thương tiếc người đã ra đi, nên đã dùng thời gian đó để lo việc đền ơn đáp nghĩa...tất cả những điều này được quy định trong *Thọ Mai gia lễ* của Việt Nam. Đó được xem là văn hóa, không liên quan đến giáo nghĩa. Hãy chú ý tới ý nghĩa giáo dục của giáo nghĩa này. Chúng ta không nên nhìn Phật giáo dưới góc độ của một nền văn hóa riêng biệt, hãy nhìn từ góc độ giáo nghĩa.

Khi hiểu được sự vận hành của thân trung ấm như vậy thì phải biết giữ gìn như thế nào? Thân trung ấm cũng sống, cũng chết. Cái chết của nó giống như cái chết của con người. Khả năng của thân trung ấm nhìn thấy tất cả: nhìn thấy người thân của nó, nghe tiếng người thân gọi tên nó, nhìn thấy người thân đang di chuyển cái xác, nhìn thấy người thân đang chôn, đang đốt. Khi bị đốt, nó không cảm nhận được sức nóng của lửa. Nhưng nếu đối xử với thân nó không ra gì, thì tâm nó nổi sân. Một khi sân nổi lên, tất sẽ ảnh hưởng tới diện mạo, tới nghiệp lực của thân trung ấm. Thân trung ấm của những người có phước (có thể sinh lên cõi trời) có thể nhìn thấy được những thân trung ấm thấp hơn họ. Thân trung ấm của những chúng sinh bị đọa địa ngục thì không thể nhìn thấy thân trung ấm của những chúng sinh trong cõi người. Đó là điểm khác nhau.

Thân trung ấm của cõi trời và cõi người mang màu vàng. Thân trung ấm sinh các cõi trời cao hơn nữa (cõi trời Dục giới, cõi trời Sắc giới) thì mang màu trắng. Thân trung ấm ở trong cảnh giới của địa ngục thì giống như cột nhà cháy, màu sắc xấu xí. Thân trung ấm sinh vào ngã quỷ thì ở dạng lỏng, giống như nước. Thân trung ấm rơi vào cõi súc sinh thì màu lam như khói củi. Đó là những biểu hiện khác nhau của Thân trung ấm.

Cách thức di chuyển của Thân trung ấm, thì: sinh lên cõi trời thì cái đầu đi lên, thần thức đi lên phía đầu. Đầu thai xuống địa ngục thì cái đầu đi xuống. Nếu đi ngang ngang thì đi vào cõi người. Nằm chiêm bao thấy đứa nhỏ đi ngang

ngang tức là nghiệp của nó đi vào cõi người. Nó luẩn quẩn kiếm chỗ đầu thai và nó thấy cảnh ân ái của cha mẹ thì chui vào liền.

* * *

Xin tóm lược lại:

Con người từ sống đi đến chết, rồi đi vào ánh sáng tịch quang. Từ trong tịch quang đó, mới đi sang trung ấm (nhưng thời gian rất nhanh, và đi ngược lại với tiến trình của cái chết).

Ánh tịch quang chuyển qua các màu và các trạng thái: đen, cận mãn, rồi đến màu đỏ, rồi chuyển trắng, rồi ngọn lửa đèn, rồi đom đóm, rồi chuyển dạng như khói, rồi ảo tưởng. Đi qua tám bước như vậy mà hình thành nên thân trung ấm.

Khi ở trong thân trung ấm, chúng ta có thể khai thị, có thể chuyển hóa, có thể giáo hóa được. Trong bảy ngày của thân trung ấm, tâm lý của họ diễn biến rất nhiều, qua từng ngày: Ngày thứ nhất của thân trung ấm như thế nào? Ngày thứ hai của thân trung ấm như thế nào? Chúng ta có bảy cách khai thị cho thân trung ấm, theo hai trường phái: một trường phái của Việt Nam và một trường phái của Tây Tạng.

2. Khai thị cho Thân trung ấm

Khai thị là một trong những giáo nghĩa, đa phần, do chư Tổ bằng kinh nghiệm thiền định, kinh nghiệm tiếp dẫn, kinh nghiệm hộ niệm mà soạn ra. Gần như không có quy định, công thức rõ ràng về khai thị.

Ngày xưa, Vô Não bị người đời ghét bỏ vì mắc nghiệp sát hại. Anh hiểu sai về việc báo hiếu: phải giết đủ 100 người, chặt ngón tay làm chuỗi đeo cổ. Anh ta đã giết 99 người. Khi tìm giết người thứ 100 thì gặp đức Phật. Đức Phật đã chuyển hóa anh, và anh xuất gia thành đệ tử của Phật. Anh gắng học phép quán thân thọ tâm pháp thiền định. Tuy nhiên, đi tới đâu cũng bị người đời ghét bỏ: họ sợ hãi, nguyền rủa, thậm chí còn ném gạch ngói vào anh. Dù vậy, anh vẫn nhẫn nại tu học. Một hôm, trên đường đi, anh gặp một phụ nữ đang chuyển dạ sinh con. Người giúp việc chạy đến nhờ anh giúp. Anh nghĩ: từ trước đến giờ, mình chỉ giết người, đâu biết giúp người ta sinh con? và mình lại là sư? Anh hỏi đức Thế Tôn: "Con kết liễu mạng sống của chúng sinh rất giỏi, nhưng con không biết làm gì để đem đến mạng sống cho chúng sinh?". Đức Phật nói: "Hãy dùng tâm thanh tịnh, tâm chí thành trong công đức tu hành của ngươi để hồi hướng cầu nguyện thì sẽ thành tựu được". Với niềm tin tưởng hoàn toàn vào Phật, anh chạy đến bên kiệu của người phụ nữ, chí thành cầu nguyện: "Nguyện cho bà chị được mẹ tròn con vuông, nguyện cho bà chị được mẹ tròn con vuông. Nếu như công đức tu hành của tôi có hiệu nghiệm thì xin nguyện hồi hướng cho bà chị được mẹ tròn con vuông". Anh nói tới câu thứ ba thì nghe tiếng trẻ khóc. Anh rất hân hoan. Qua câu chuyện, đức Phật dạy về diệu dụng của hộ niệm. Người phụ nữ này bị một cái nghiệp thế nào đó rất khó sinh: người khác có thể giúp (hộ niệm) thay đổi được nghiệp cho họ.

Hộ niệm tức là: hồi hướng công đức lành, tạo ra một nguồn năng lượng thánh thiện cho người cần sử dụng. Sự hộ niệm không chỉ dừng lại ở người lâm chung hoặc người sinh ra; người sinh ở các cảnh giới khác cũng cần năng lượng hỗ trợ này. Chư Tổ, nhất là Tổ Mã Minh có nói: chúng sinh có thể tồn tại cả hàng triệu năm mà không vãng sinh, không đầu thai được, bởi, duyên không đủ. Có người vừa chết thì đầu thai ngay; nhưng đa phần, phải nhận Thân trung ấm. Trường hợp người cực thiện, hoặc cực ác thì, hoặc là đọa ngay hoặc là sinh thiên ngay. Nhưng, con người thiện ác khó phân; do vậy, thường phải nhận Thân trung ấm. Phật nói: "Thân trung ấm vẫn đủ khả năng giác ngộ và chứng quả Diệt tận định", tức là quả vị A la hán giải thoát. Bởi vậy, nếu phương pháp khai thị thành công thì có thể chuyển Thân trung ấm từ một cảnh mê muội đến cảnh giới an lạc.

Không cần biết người đó đang trong tình trạng hôn mê, đang bị lẫn hay bị tử nạn, một điều chắc chắn là thần thức họ chưa thể ra khỏi xác, bởi: hơi ấm chưa tan[1]. Xác định còn hơi ấm, chúng ta hồi hướng cầu nguyện cho họ, giúp cho thần thức họ ra khỏi xác. Có vậy, họ mới có thể nhận lấy thân trung ấm.

Điều cần lưu ý nhất, đó là Thân trung ấm thường bị ảnh hưởng rất mạnh bởi tiếng động và ánh sáng. Đức Phật nói: "Quốc độ này, ta lấy âm thanh và ánh sáng để làm Phật sự". Câu nói này hay vô cùng! Phật sự của đức Phật, đó là: dùng âm thanh để thuyết pháp và dùng hào quang để dẫn dắt. Nghe một âm thanh đột ngột, thảng thốt, thì sợ hãi. Nhìn ánh sáng chói chang thì khó chịu, phiền toái; ngược lại, thấy ánh sáng ngũ sắc, màu nhiệm thì hân hoan. Ánh sáng và âm thanh tác động rất mạnh lên thân trung ấm.

Việc khai thị mỗi nơi một khác. Dựa vào giáo nghĩa cơ bản trong những bản Kinh nguyên thủy và tùy theo truyền thống tu học ở các quốc gia, lịch đại Tổ sư có các cách khai thị khác nhau. Lời trong các bài khai thị tuy không chép nguyên xi từ trong lời kinh, nhưng trên nguyên lý, không xa rời kinh điển. Đức Phật nói: "Khi thọ mạng chấm dứt,

---

[1] Khi chết, hơi ấm chưa tan ngay, nó còn bám theo thân xác thêm một thời gian nữa (ít nhất là 8 tiếng đồng hồ). Thậm chí, có trường hợp chôn xuống huyệt rồi, ba ngày sau, thần thức mới ra khỏi xác. Thông thường những biểu hiện khi ra khỏi xác là: đường sinh dục chảy ra một chút mủ hoặc trên lỗ mũi chảy ra một chút nguyên khí.

thân chúng ta như cây củi mục vứt bên đường, không còn chút giá trị. Con người chỉ đi theo nghiệp. Thế giới của họ là thế giới của nghiệp báo". Như vậy, quá trình tạo ra bốn loại nghiệp rất quan trọng. Nó quyết định vấn đề tái sinh.

Giai đoạn từ lâm chung đi qua thân trung ấm trải qua nhiều trạng thái, ảo giác khác nhau: thấy Phật hiện thân thuyết pháp và đi theo; hoặc thấy ánh sáng tuyệt vời quá nên đi theo; hoặc thấy ông bà, cha mẹ hiện thân rủ mình đi; hoặc thấy anh em ở cõi nào đó về rủ mình đi; hoặc thấy yêu ma quỷ quái đuổi theo mình. Thân trung ấm được dẫn dắt bởi âm thanh và ánh sáng, nên cũng có rất nhiều phức tạp. Cần phải có đủ sức để phân biệt, nếu không, thường bị 50 ngũ ấm ma biến hóa và dẫn dắt. Đây là một điều rất nguy hiểm[1].

Ngũ ấm là gì? Là sắc và thọ, tưởng, hành, thức. Ngũ ấm ma: năm thứ ma tác động lên tâm của chúng ta. Năm ấm biến hoá rất nhiều, tạo ra những ảo giác và lừa gạt chúng ta, nên gọi là "Ngũ ấm ma". Ví dụ, chúng ta chỉ có một niềm tin sâu sắc vào một vị Phật, nhìn tượng Phật thì nhớ ngay trong đầu. Khi nhiếp tâm lạy Phật, thấy đức Phật hiện trong tâm. Thậm chí còn thấy đức Phật hiện ra, phóng hào quang và thuyết pháp. Thế nhưng, người bị ngũ ấm ma dẫn dắt thì sao? Khi nhắm mắt ngồi thiền định liền thấy cõi trời, thấy cõi này, cõi kia (thực ra do âm thanh và ánh sáng của ngũ ấm ma biến hoá mà thành). Lúc đó lại thấy thích, thậm chí lại khởi lòng từ bi với các loài yêu ma quỷ quái. Tự nhiên, thấy mình thuyết pháp cho họ, và họ được siêu thoát. Ở trong cảnh giới này nó mê hoặc dễ sợ lắm.

---

[1] Chỉ cần học kỹ được 6/10 quyển trong bộ *Kinh Thủ lăng nghiêm*, sẽ không còn mê lầm trong sinh tử. *Kinh Thủ lăng nghiêm* có giới thiệu nội dung quan trọng về Ngũ ấm ma.

Về vấn đề khai thị hộ niệm cho thân trung ấm, có hai truyền thống: một của Tây Tạng và một của Việt Nam. Truyền thống của Tây Tạng rõ ràng hơn; Truyền thống của Việt Nam được biên tập theo giáo nghĩa (thậm chí có cả hộ niệm cho người còn sống) và mang đậm tính hoằng pháp.

* Theo truyền thống của Tây Tạng

Nội dung khai thị cho Thân trung ấm được rút ra từ trong giáo nghĩa kinh điển. Thân trung ấm[1] có thọ mạng kéo dài 7 ngày; mỗi ngày là một trạng thái tâm lý khác. Thời gian 1 ngày của thân trung ấm trôi đi thật lâu, và cùng có chung một trạng thái tâm lý. Sang ngày hôm sau, thì, trạng thái tâm lý khác xuất hiện.

<u>Ngày thứ nhất</u>: Thân trung ấm nhìn thấy rõ ràng bà con thân bằng, quyến thuộc đang sửa soạn thay quần thay áo, ở Việt Nam còn có tình trạng cắt bỏ khuy áo của người mất (vì sợ người đó sống lại và lấy mặc), chuẩn bị tang lễ... Nói chung, người sống đối xử với cái xác như thế nào nó đều biết, thậm chí nó còn thấy người thân khóc lóc, thương xót gọi tên nó. Nhưng nó nói thì người thân không nghe được. Một trạng thái hụt hẫng, đau khổ vô cùng. Đi qua đi lại gặp người thân. Nó còn lưu luyến, chấp trước vào nhà cửa, đặc biệt là những vật yêu quý (như nữ trang).

Y cứ theo *Kinh Địa Tạng*, chúng ta nên lấy vật yêu quý đó đem đi làm việc bố thí (để cho thân trung ấm không còn chấp). Làm vậy còn giúp cho họ gặt được phước cao hơn. Khi đem một cái áo đẹp ra bán thì, nên đứng trước bàn thờ, hoặc đứng gần xác, nói: "Anh/chị gì đó! Cái áo của anh/chị đẹp lắm. Tôi sẽ bán lấy tiền làm việc phước thiện để hồi hướng công đức cho anh/chị. Anh/chị hoan hỷ nhé". Thường thì, nó

---

[1] Thân trung ấm được tính từ lúc mà thần thức vừa ra khỏi xác.

không chịu cho bán, nhưng cứ làm như vậy sẽ sinh ra phước cho Thân trung ấm. Thân trung ấm nghe được, cảm được âm thanh, ánh sáng nhiều màu sắc; thần thức vừa sợ, vừa hoang mang. Khai thị trong ngày thứ nhất như sau:

Này ông Nguyễn Văn A! Ông nên nhớ rằng, ông đang mang thân trung ấm. Ông đừng sợ và ông cần biết rằng: tất cả đều từ tâm mà biến hiện. Ông nên biết rằng đó là cảnh tượng của thân trung ấm. Đã tới cảnh này rồi thì ông đừng có sợ nữa, đừng sợ sệt gì nữa.

Cho dù là thiện thần hay ác thần, đều nên an ủi, khuyên nhủ như vậy. Việc khai thị lúc nào cũng được, khai thị suốt ngày đó. Phải biết: Thân trung ấm đang ở trong trạng thái tâm lý lo sợ. Tất cả đều do những ánh sáng hoá hiện của nghiệp tâm của họ; do thiện ác họ tạo ra trong đời; họ thấy thiện thần hay ác thần rượt đuổi, xua đuổi hoặc thấy những ảo giác, khiến cho họ sợ hãi. Biết được điều đó, chúng ta nên có lời an ủi, nói:

Đó là do ảo giác, do tâm biến ra, không có chuyện gì cả. Hãy yên tâm đi! yên tâm đi!

Nếu có thể, khuyên họ nên niệm Phật. Đó là sự an ủi của người sống đối với Thân trung ấm trong ngày thứ nhất. Nếu như muốn đi sâu hơn một chút thì nói:

Nếu như, cô/chú/anh/chị...có nghe thấy tiếng ồn ào, hay hào quang sáng rực, cái tiếng ồn ào như sấm thì phải biết rằng đó là hào quang và tiếng động trong pháp thân lưu xuất. Không nên sợ những cái đó, không nên sợ sánh sáng, tiếng động đó. Tiếng động đó là từ trong tự tính lưu xuất ra chứ không phải từ bên ngoài đi vào, cho nên đừng sợ. Nếu như có thể thấy được cái hào quang màu xanh, thì biết rằng đó chính là hào quang của Phật Đại Nhật. Phật Đại Nhật là một vị Phật trung ương đó. Đừng sợ hào quang màu xanh. Đó là cái pháp thân lưu xuất ra mà thôi. Nên phát tâm quy y cái hào quang đó thì có thể thoát khỏi lục đạo.

Tóm lại, ngày thứ nhất gặp đức Phật Đại Nhật có hào quang màu xanh. Trong hào quang màu xanh này có ánh sáng chiếu soi mạnh mẽ, có tiếng động dữ dội, khiến thân trung ấm sợ hãi. Thân trung ấm có cảm giác tiếng động và âm thanh đó giống như có cái gì đó sắp đâm thủng tim, nên nó rất sợ. Cần phải khai thị và nhắc nhở Thân trung ấm, rằng: "Đừng sợ ánh hào quang đó, đừng sợ tiếng động đó và cứ một lòng niệm Phật". Chúng ta có thể tụng kinh, niệm Phật, hồi hướng thêm cho họ.

<u>Ngày thứ hai</u>: tâm con người thường sống theo tham sân si. Không được toại ý thì sân. Được toại ý rồi lại muốn có nhiều hơn nữa, nên tham. Từ bỏ thì nhẹ nhàng, nhưng buồn, đó là cảnh giới của si. Tham, sân, si thường chi phối trong tâm chúng ta. Thân trung ấm sợ hãi, sinh tâm bực tức, muốn đối kháng, muốn chống lại và ngày thứ nhất trôi qua. Ngày thứ hai, lửa giận hờn căm thù phát khởi mạnh mẽ, bị nghiệp thức chiêu cảm, nên tất cả điều khai thị trong ngày thứ nhất, thần thức không muốn nghe, không muốn làm theo.

Ngày thứ hai đi vào cảnh giới của đức Phật Bất Động. Lúc đó hào quang chuyển sang màu trắng. Hào quang màu trắng này, thực ra, là ánh sáng từ sắc uẩn biến hoá. Nếu nương theo ánh hào quang này thì cũng có thể giải thoát được (vì đã thấu triệt được chân lý của sắc uẩn nên cũng có thể giải thoát được). Ánh sáng của sắc uẩn thuần tịnh đó chiếu rọi như muốn phá vỡ tim của thân trung ấm, nên nó rất sợ và không muốn đi theo. Bên cạnh đó, có một luồng ánh sáng màu xám đục, hơi đen đen. Đây là ánh sáng của cảnh giới địa ngục. Với sự tức giận, sợ hãi nên thân trung ấm cứ muốn đi theo ánh sáng xám đục nhiều hơn là ánh sáng trắng của chân lý sắc uẩn. Lúc này, người khai thị cần phải gọi tên của họ (vì họ hay chấp vào tên) thì họ mới cảm được. Vậy, khai thị như thế nào? Rằng:

Vì sân hận, cô/chú/anh/chị...đã lạc vào cõi Ta Bà. Ở trong hào quang chính tri kiến của pháp thân, Phật Bất Động ngự đến tiếp dẫn nhưng không chịu đi theo, không chịu thấu triệt nên bị đoạ lạc. Hãy đi theo hào quang của Phật Bất Động thì sẽ được về với quốc độ thanh tịnh của Phật Bất Động ở Phương Đông.

Ngày thứ ba: xuất hiện hào quang sắc vàng. Hào quang sắc vàng do ánh sáng từ thọ uẩn biến hoá. Nếu thấu triệt được thì cũng có thể giải thoát; nhưng, họ thường sợ ánh hào quang đó.

Ví dụ: một người nào đó xúc phạm mình, và mình nhớ rất rõ lời nói, thái độ ngỗ ngược, bất lịch sự của họ. Nhưng, vì nhớ rằng mình đang tu nên không có phản ứng gì. Lúc này cho ra cảm thọ lần 1 (do sắc bị xúc phạm). Sau đó, anh ta nghĩ lại thấy hối hận và xin lỗi mình. Bề ngoài tuy nói bỏ qua, nhưng, trong lòng không vui (như trước khi bị xúc phạm). Sắc vui bề ngoài này khiến mình cảm nhận ra: đây là bộ mặt giả dối và chưa thể tin tưởng được. Cảm thọ lần 2 này là do sắc trước và sắc sau kết hợp lại, khiến tâm chúng ta khác, gọi là **uẩn**. Như vậy, từ sắc uẩn cho ra **cảm thọ**. Lần đầu là cảm thọ không vui; lần sau là cảm thọ vui. Hai cái đó tương tác với nhau tạo ra **thọ uẩn**.

Nếu nghĩ được rằng: chuyện nào ra chuyện đấy. Lần trước họ xúc phạm mình, và mình biết, vì, mặt mũi họ sân si. Giờ đây, chưa cần biết họ nói giả dối hay thật lòng, nhưng họ làm đúng pháp sám hối; vậy thì mình nên hoan hỷ. Được như vậy, thì tâm mình sẽ thấy khác, nó không bị cái uẩn chi phối. Bị thọ uẩn chi phối là do thiếu chính kiến. Những thiền sư thành tựu chính kiến, tức là đã thành tựu về *Như lý tác ý*, nên không bị chi phối bởi thọ uẩn. Chúng ta thiếu chính kiến, và cho đến khi đi vào Thân trung ấm vẫn bị cái thiếu chính kiến này chi phối. Hào quang chính kiến là hào quang màu vàng của thọ uẩn.

Ở trong bình đẳng tính trí[1] lưu xuất ra khiến cho họ thiếu chính kiến, sợ hãi ánh sáng đó. Ngược lại, ánh sáng màu xanh nhạt của cõi người có sức hấp dẫn với Thân trung ấm, và cứ muốn đi theo ánh sáng màu xanh nhạt đó, nên tái sinh vào cảnh giới của con người. Khai thị cho Thân trung ấm bị mắc kẹt trong thọ uẩn bằng câu:

Vì ngã mạn mà ông đã lạc vào cõi Ta Bà, ở trong hào quang chính kiến của pháp thân Phật Bảo Sinh hiện đến tiếp dẫn, xin cứu độ, xin tiếp dẫn con về Tịnh độ.

<u>Ngày thứ tư:</u> Thân trung ấm bị tham ái chiêu cảm, nên thần thức không nghe những lời khai thị của ngày thứ ba. Tới ngày thứ tư thì ánh sáng sắc vàng đỏ (giống như trống đồng đỏ). *Kinh Quán vô lượng thọ* dạy phép quán mặt trời sắp lặn. Màu đỏ của mặt trời chiếu sáng ra, chúng ta gọi là trống đồng treo. Đó là ánh sáng của Phật A Di Đà ở phương Tây, cảnh giới giải thoát hiện ra. Do tưởng uẩn chi

---

[1] Bình đẳng tính trí: Phạm: Samata-jnana, cũng gọi Bình đẳng trí. Là một trong bốn trí tâm phẩm, một trong năm trí. Chỉ cho trí biết rõ mình, người bình đẳng. Tức là trí tuệ do chuyển thức mạt na thứ bảy mà có được. Nhờ trí tuệ này mà biết rõ hết thảy sự tướng và mình, người đều bình đẳng. Do đó, nảy sinh lòng đại từ bi. (Theo *Phật Quang đại từ điển*).

phối, Thân trung ấm không nhìn thấy được ánh sáng Cực lạc Tây phương. Nó không đi theo ánh sáng đó, lại đi theo ánh sáng màu vàng nhạt của ngạ quỷ. Đây là một điều rất nguy hiểm! Khuyên thân trung ấm nên quy ngưỡng với ánh sáng của Phật A Di Đà. Khai thị cho thân trung ấm bằng câu:

Vì tham ái mà lạc vào cõi Ta Bà, trong hào quang chính kiến của pháp thân, Phật A Di Đà hiện tiếp dẫn, xin cứu độ con, xin tiếp dẫn con về Tịnh độ.

Ngày thứ năm: ánh sáng của hành uẩn xuất hiện. Đó là ánh sáng màu xanh lục do *Thành sở tác trí*[1] chi phối. Song song với ánh sáng của Thành sở tác trí lại có thêm ánh sáng màu xanh lục và màu đỏ nhạt. Ánh sáng màu xanh lục là ánh sáng của Phật Bất Không; ánh sáng màu đỏ nhạt là ánh sáng của A tu la. Khai thị như sau:

Vì tật đố mà phải lạc vào cõi Ta Bà, trong hào quang chính kiến của pháp thân, Phật Bất Không hiện thân đến tiếp dẫn, xin cứu độ, xin tiếp dẫn con về Tịnh độ.

Ngày thứ sáu: năm uẩn bốn trí cùng xuất hiện dẫn dắt. Bốn luồng hào quang do tứ đại biểu hiện; có hào quang năm sắc chiếu rọi. Họ không lĩnh hội, không giác ngộ được, và chạy theo ánh sáng của lục đạo: ánh sáng sắc trắng của cõi trời, sắc đỏ nhạt của A tu la, xanh nhạt của cõi người, màu lục nhạt của súc sinh, màu vàng nhạt của ngạ quỷ và màu xám

---

[1] Thành sở tác trí: Phạm Krtyanusthana-jnana. Cũng gọi Tác sự trí. Chỉ cho trí tuệ do chuyển 5 thức trước (thức mắt, thức tai, thức mũi, thức lưỡi và thức thân) mà có được, là 1 trong 4 trí, là 1 trong 5 trí. Vì 2 cái lợi là tự chứng và hoá tha mà làm nên gọi là sở tác, vi diệu nghiệp đại bi tuỳ loại ứng đồng đều được thành tựu nên gọi là Thành. Đức Như lai Bất không thành tựu trong 5 đức Phật của Mật giáo được phối hợp với trí này.

của địa ngục. Đó là sáu màu sáng, sáu màu của lục đạo. Khai thị bằng cách:

> *Vì năm thứ dục vọng, con lạc vào cõi Ta Bà, trong hào quang của bốn trí hợp lại, cầu xin năm vị Phật, chư Bồ tát hiện đến tiếp dẫn cứu độ con khỏi rơi vào sáu nẻo vô minh. Xin cứu độ, xin tiếp dẫn con vào cõi Tịnh độ.*

<u>Ngày thứ bảy</u>: ngày này, từ trong không đại, từ trong hào quang của năm sắc, xuất hiện những tiếng ồn ào như sóng dậy, như tiếng vũ khí va chạm vào nhau. Do bị tiếng động chi phối, Thân trung ấm không đủ tâm nhiếp và cứ chạy Đông chạy Tây. Khai thị bằng cách cầu Phật Minh Trì từ bi cứu độ gia trì:

> *Con lạc vào cõi Ta Bà, trong hào quang của cảnh chuyển, cầu mong đức Phật Minh Trì cùng quyến thuộc đến tiếp dẫn, xin cứu độ con, xin tiếp dẫn con vào cõi Tịnh độ.*

Trên đây là cách làm theo truyền thống Tây Tạng. Theo truyền thống này, tất cả thấu triệt được từ sắc uẩn, thọ uẩn, hành uẩn, thức uẩn, hoặc là không uẩn. Trong tứ đại, phải có một khoảng không thì mới vận hành được. Bằng phép quán thiền định hoặc mật chú, có thể giác ngộ được chân lý. Mỗi cảnh giới tương ứng với một vị Phật. Nên gọi: ngũ phương ngũ Phật.

* Theo truyền thống Việt Nam

Theo kinh nghiệm cá nhân Thầy, nên chọn thời điểm người mới chết. Cách tính thời điểm linh thức vận động nhanh nhạy: sau chết 1 tuần và 2 giờ đồng hồ[1]. Nên có tiếng

---

[1] Người chết lúc 5 giờ sáng Chủ nhật tuần này, thì thời điểm linh thức vận động nhanh nhạy là 3 giờ sáng thứ Bảy tuần tiếp sau.

khánh hỗ trợ thêm, giúp cho tai tập trung. Đánh nhịp bảy tiếng (đả thất), đánh tiếp ba tiếng boong, boong, boong (lôi tam). Sau đó đánh tiếp một hồi bảy tiếng. Cuối cùng, kết thúc bằng bốn tiếng (dứt tứ). Cách làm này đem lại diệu dụng bất khả tư nghì.

Khi tay và tâm đã lắng dịu, đã định vào âm thanh, thì tâm và âm thanh sẽ kết thành một dạng năng lượng đặc biệt. Với một định lực mạnh mẽ, có thể gửi một thông điệp vào trong âm thanh này. Âm thanh này có thể đi thẳng vào trong bốn thức của người chết.

Ngày xưa, Mục Liên Đế Tu đệ tử của Phật đã ngồi quên ở trong định hơn 200 năm. Sau khi đức Phật niết bàn hơn 200 năm, thấy một hình nhân ở trong núi, quần áo tả tơi, chim làm tổ trên đầu. Người ta khiêng về triển lãm. Một vị thầy ở bên chùa nói: đây là một thiền sư ở quên trong định, không phải hình nhân. Vị thầy này đã dùng khánh, đánh như cách vừa nêu trên. Kết quả: đã truyền được năng lượng, thông điệp tới vị thiền sư. Ở trong thiền định sâu, Ngài ngồi bất động, thân thể chuyển sang dạng sống tiềm sinh, không biết được các âm thanh khác; trao đổi không khí qua các lỗ chân lông. Mọi nguồn năng lượng khác đứng yên, bất động, nên, có thể tồn tại cả trăm năm. Vị này có thể ngồi im như vậy cho tới khi trái đất hủy hoại thì xác mới tan vỡ theo. Vậy nên Phật nói: A la hán có tuổi thọ ngang bằng với trời đất.

Có mấy lưu ý về thời điểm, cách thức, địa điểm khai thị: 1/ chọn thời điểm sau khi chết 1 tuần 2 giờ đồng hồ; 2/ Sau khi đánh ba hồi khánh, nói lời khai thị; 3/ Trước ảnh thờ (hoặc chỗ hũ đựng tro cốt, hoặc ở mộ, hoặc chỗ nào cũng được) để nói lời khai thị. Nhưng thường, làm ở nhà để tro cốt, ngoài mộ hoặc tại gia đình thì sẽ chiêu cảm dễ dàng hơn.

Sau khi đánh xong ba hồi khánh, nói lời khai thị thì mới có hiệu quả. Thầy đã làm hàng trăm trường hợp mà chưa bao giờ sai lầm. Tuỳ theo duyên hoặc tuỳ theo tâm mà có sự chiêu cảm. Nhưng thường thì tin vào tâm hơn vào duyên. Do dụng tâm, có thể chiêu cảm và hoá giải được sự chấp trước (nếu không hoá giải được, thì sẽ tồn tại cả ngàn năm. Thật nguy hiểm!) Trong Phật giáo Việt Nam, nghi thức khai thị cho người sắp mất được gọi là thuyết linh. Thông thường, lễ thuyết linh được làm sau khi nhập liệm, sau khi chôn hoặc trước giờ di quan. Với người tu, được gọi là "Lễ Phật thuyết tổ thỉnh giác linh"; với cư sĩ, được gọi là "Lễ Tịch điện" (thỉnh linh sang lễ Phật và nói lời khai thị). Nội dung đều là nói lời khai thị. Nghi thức: yêu cầu người chủ sám, chủ lễ cần có một sự tập trung cao độ. Đánh chuông xong, Chủ sám đọc:

Nam mô Thập Phương Tam Thế Chư Phật Tôn Pháp Hiền Thánh Tăng tác đại chứng minh

Đó là dụng tâm nương vào oai lực của Phật. Tâm của mình với tâm chư Phật hợp lại và chiêu cảm tới tâm người mất.

Nay có ông Nguyễn Văn A, cùng tang gia hiếu quyến. Đau lòng vì vong linh[1] tên là...Pháp danh là...Một vị hương linh. Sinh ngày...tháng...năm..., tuổi thọ... Than ôi! Một phút vô thường nghìn thu vĩnh biệt. Đớn đau chi xiết, thương tiếc nào cùng[2].

Sau đó, nói lời khuyên bảo:

---

[1] Sau khi mất, người quy y Tam bảo, gọi "hương linh"; chưa quy y, gọi "vong linh"; người tu, gọi "giác linh".
[2] Câu này để tạo sự đồng cảm với người mất.

Tuy nhiên, quyền lưu quan quách ngại ngùng. Tạm tấn lễ nghi bối rối. Nhưng biết làm sao giờ? Sao rời vật đổi, nước chảy hoa rơi. Cho dầu Bành tổ trường thọ một đời. Nhan Hồi yểu vong nửa kiếp.

Câu này lấy điển từ câu chuyện ông Bành Tổ thọ tới 84.000 tuổi. Đến khi chết vẫn còn tiếc của, nên sinh làm con Thạch Sùng. Nhan Hồi đệ tử của Khổng Tử chết yểu. Bởi vậy nên:

Rất hãi hùng vì giấc mơ hồ điệp. Thương xót vì kiếp sống phù du.

Những chân lý này rất hay. Câu này lấy từ điển Trang Chu nằm mộng thấy bướm-giấc mơ hồ điệp[1] Nội dung chuyện muốn dạy ta một điều rằng: cõi dương gian này đâu là thật và đâu là giả? Đâu là sống và đâu là chết? Nó chỉ như một giấc mộng. Ngậm ngùi thương xót cho kiếp sống phù du[2] tuổi thọ thật ngắn ngủi: sớm sinh chiều chết.

Biết rằng, huyễn thân có sinh, có diệt mặc dầu. Nhưng, chân tính không đến, không đi nào thấy!

Đây là một bài thi kệ làm theo thể biền ngẫu, có tính thuyết linh cao. Nó có tác dụng phân tích lý lẽ cho người chết hiểu được cuộc đời vô thường.

Nay thì xe tang sắp đẩy. Linh cữu sẽ rời. Vì vong linh tác bạch mấy lời. Mong Phật tổ chứng minh tấc dạ. Cho vong linh cúi đầu lễ tạ. Xin tang quyến

---

[1] *Trang tử-Tề vật luận* chép: Ngày xưa, Trang Chu mộng mình biến thành bướm. Một con bướm tự do tự tại, vô cùng thích chí, không biết đến Trang Chu nữa. Lát sau tỉnh giấc, rất ngạc nhiên khi thấy mình là Trang Chu. Ông không còn biết được: Trang Chu mơ hóa thành bướm hay bướm mơ hóa thành Trang Chu nữa.

[2] Tên một loài côn trùng, khi là ấu trùng thì sống trong nước, khi trưởng thành thì màu xanh đen, có bốn cánh, tuổi đời rất ngắn ngủi.

ngửa mặt nguyện cầu. Cầu cho vong linh nghe pháp ngữ nhiệm màu. Nguyện vong linh thấy Phật thân thanh tịnh. Hầu minh tâm kiến tính. Ngõ thoát hóa tiêu diêu.

Thuyết linh sử dụng nhiều giáo lý khác nhau, không những nói cho người chết mà còn nói cả cho người còn sống. Gọi là *âm dương lưỡng lợi*.

Thưa hương linh ông (/bà) yên lặng lắng nghe. Người đời thường nói: sống gửi thác về. Tuy nhiên, sống ở gửi nhiều người đã biết, nhưng thác về đâu thì mấy ai hay[1]. Giờ đây, hương linh đi về đâu? Về với ông bà tổ tiên hay về với cát bụi cỏ cây?

Đây là cách gợi ý cho hương linh. Vì họ đang băn khoăn không biết đi đâu về đâu. Khi gọi tên và nói vậy, thì họ sẽ cảm được.

Nếu đi về với ông bà tổ tiên thì vong linh có biết ông bà tổ tiên ở đâu không? Cát bụi cỏ cây thì vong linh về đó để làm gì? Thưa vong linh, vong linh nên nghĩ rằng, ông bà tổ tiên lúc ra đi cũng như vong linh bây giờ. Nghĩa là kẻ trước người sau chẳng ai biết ai cả.

Mọi người cứ nghĩ: chết rồi thì cát bụi trở về với cát bụi. Trở về với cát bụi, với cỏ cây ư? Trở về để làm gì? Thân mỗi loài, mỗi vật đều được cấu tạo bằng yếu tố đất, nước, gió, lửa; nay phải trả lại cho đất, nước, gió, lửa? Đó là nguyên lý sự thật. Lại nói: cùng lắm chết thì về suối vàng. Vậy suối vàng ở chỗ nào? Không biết; Về với ông bà tổ tiên. Vậy, ông bà tổ tiên ở đâu? Không biết. Tại sao đi mà lại không biết đi đâu?

---

[1] Đó là lý luận để khai thị cho hương linh. Chữ Hán: 生寄死歸 *sinh ký tử quy*, nghĩa "sống gửi thác về".

Bài học này dạy cho chúng ta biết hướng đi của mình. Cuộc sống thế gian, mọi việc rõ ràng lắm. Nhưng chết rồi, đi đâu, về đâu thì lại mơ hồ. Trong Kinh đức Phật dạy: "Thân thể con người và các loài hữu tình, có thứ luôn thay đổi, có thứ mãi chẳng đổi thay. Thứ thay đổi là vật chất, thứ không thay đổi là tinh thần (là Phật tính, là tâm thức). Thứ không thay đổi khi trụ trong thân (hay thay đổi), thì sinh ra các thức: thấy, nghe, hay, biết. Từ đó tạo ra các nghiệp thiện ác. Khi thân vật chất vì lý do nào đó không thể duy trì được sự tồn tại, thì tinh thần sẽ theo các nghiệp thiện ác (do mỗi người tạo ra) để thọ sinh vào một thân khác, loài khác. Đó là định luật nhân quả, định luật chiêu cảm, và được hình thành từ nghiệp báo.

Ví dụ, chúng ta đang ở trong một ngôi nhà. Nhưng ngôi nhà đó bị đất sụt, nước trôi, lửa cháy, không thể ở được. Không có chỗ ở, đương nhiên, phải tìm nơi khác để tạo lập ngôi nhà mới. Người không có nhà thường có tâm lý muốn đi tìm nhà. Cũng vậy, khi thân rời khỏi xác, sẽ đi tìm thân khác (tức là nhà). Ngôi nhà đó được dựng lên từ tinh cha huyết mẹ và từ ái nhiễm[1].

Vậy, lấy gì làm lại ngôi nhà mới? Điều đó dễ hiểu: lấy tiền vốn mà chúng ta dành dụm suốt đời. Khi thân hoại mệnh chung (lâm nạn) có thể mang theo vốn liếng này. Vốn liếng của mình là cái gì? Chính là nghiệp. Ngôi nhà mới đó xấu hay tốt, đều do tiền tích lũy của mình nhiều hay ít.

---

[1] Thầy lưu ý: khi trong nhà mới có tang mấy ngày, nếu vợ chồng cứ gần gũi với nhau thì coi chừng nó đầu thai vào. Khi sinh ra sẽ là đứa trẻ bất hiếu, không chịu nghe lời, bởi nó vốn do ông nội đầu thai vào thằng cháu, thằng con của mình, nên quen thói làm ông nội.

Kính thưa hương linh, kinh Phật dạy: Vạn bang tương bất khứ. Duy hữu nghiệp tùy thân[1]. Nghĩa là: Muôn sự đều vứt bỏ, Chỉ còn nghiệp mang theo.

Đây là đạo lý không chỉ thuyết cho linh mà thuyết cả cho người còn sống. Cho nên, việc cúng bái, theo đúng nghĩa, là việc hoẳng pháp (vì không dừng lại ở việc lo cho người chết. Nhân đám tang này, con cháu có thể hiểu được chút đạo lý).

Những vong linh khi sinh tiền đã giữ năm điều răn theo lời Phật dạy, sau khi lâm chung, thiện nghiệp sẽ dắt vong linh sinh vào cõi người (cõi người khổ nhiều vui ít). Hoặc vong linh khi tại thế đã làm mười điều lành như Phật dạy, các nghiệp lành sẽ đưa vong linh sinh lên các cõi trời (cõi đó khổ ít vui nhiều). Cứ như thế tiến dần lên, các hương linh, giác linh tu tập theo 37 phẩm trợ đạo, 6 độ[2], tu muôn hạnh lành đem lợi ích cho chúng sinh trong nhiều đời, nhiều kiếp thì sẽ được vào các cõi thánh xuất thế như: A la hán, Bồ tát và chư Phật. Đó là một sự thật được minh chứng ghi rõ trong kinh sử xưa nay. Ngược lại, nếu chúng sinh làm năm điều ác, mười điều chẳng lành, sau khi thân mạng tan rã, nghiệp xấu sẽ lôi cuốn vong linh sinh vào nơi tối tăm, dơ bẩn, đói khát và đau khổ. Vào trong các đường này chỉ có khổ, không có vui và rất khó trở lại loài người. Các đường khổ đó là địa ngục, ngạ quỷ và súc sinh.

---

[1] Bài kệ: *Nhất nhật vô thường đến; Phương chi mộng lý tàn. Vạn bang tương bất khứ. Duy hữu nghiệp tùy thân.* Dịch: Một mai vô thường đến Mới hay mộng đời dài. Muôn sự đều vứt bỏ, Chỉ còn nghiệp mang theo (Thích Huyền Châu dịch)

[2] Lục độ chỉ cho 6 Ba la mật: bố thí, trì giới, nhẫn nhục, tinh tiến, thiền định và trí tuệ.

Thưa vong linh! Trên đây là những giáo điều, những pháp ngữ để khuyên chúng sinh làm lành, răn cấm chúng sinh làm các việc ác để kiếp sau và ngay cả hiện tại, tương lai đừng sa vào thế giới khổ để lên các cõi vui như trên đã nói. Trên đây vong linh đã nghe rõ và có thể biết sau khi chia tay thân quyến, mình sẽ đi về đâu. Vong linh tự chọn cho mình một cõi có thể thọ sinh và chính vong linh tự biết rõ hơn ai hết. Cũng như người từ nước này sang nước khác tự biết mình khổ hay vui là do của cải, thiện hay ác, nghiệp của mình mang theo mà thôi. Ngay cả thân quyến cũng chỉ biết phần nào cuộc sống khổ vui của vong linh ở thân sau, thế giới vong linh sẽ đi đến.

Đây là một bài thuyết linh thường được đọc trước giờ di quan, đồng thời có thêm một lời an ủi:

Vậy trước khi làm lễ di quan đưa vong linh về thế giới khác, vong linh nên phát tâm trong giờ phút ngắn ngủi này.

Thuyết xong thì khuyên bảo vong linh:

Sám hối các vọng nghiệp, hồi hướng các thiện duyên để các nghiệp vọng cũ tiêu trừ, các phước lành mới phát, đồng thời phát tâm quy y Tam bảo, giữ gìn năm giới cấm trong tương lai, trong kiếp sống khác. Nghĩa là một niệm hồi quang phản chiếu thực sự như thắp lên một ngọn đèn, bao nhiêu bóng tối trong ngôi nhà tối lâu năm thảy đều biến mất. Từ đó sẽ nhờ phước lực tiếp dẫn vong linh từ trần gian này về Phật quốc khác. Vong linh hẳn đã nghe rõ và tự nguyện làm theo lời pháp ngữ mà lễ *sư vừa tuyên đọc trước Phật đài. **Vong linh làm được như vậy thì hân hạnh vô cùng.***

Trên đây là lời khai thị cho linh. Những chân lý này giảng cho linh, cũng để giảng cho người còn sống.

Nội dung khai thị cho thân trung ấm theo quan điểm của Tây Tạng khá phức tạp; theo truyền thống của người Việt Nam thì gần gũi hơn. Chúng ta chọn giờ và nói lời khai thị, hoặc có thể phát nguyện (phát nguyện cũng là một hình thức tạo công đức). Ví dụ, phát nguyện đem những công đức lành mình làm được để hồi hướng cho người thân sắp mất. Cần chọn thời gian thích hợp để nói lời phát nguyện thì sẽ có hiệu quả. Trong nghi thức còn có nghi thức sám hối.

Sám hối tức là gì? Sau khi khai thị thì bắt đầu sám hối. Nội dung bài sám thường là bài kệ nổi tiếng. Với người còn sống, thì đọc: "Vô thủy vốn tạo chư ác nghiệp gì đó..."; với hương linh, thì đọc rằng:

Vong linh vốn tạo các vọng nghiệp, đều do vô thủy tham sân si. Từ thân miệng ý phát sinh ra. Hết thảy vong linh xin sám hối.

Nên lưu ý đọc "Hết thảy **vong linh** xin sám hối", tuyệt đối không được đọc nhầm "Hết thảy **con** xin sám hối". Khi đọc phải chú tâm. Không chú tâm, không hiểu nghĩa thì không có kết quả.

Nam mô cầu sám hối Bồ tát. Vong linh quy y Phật, quy y Pháp, quy y Tăng.

Câu này rất hay. Người Ấn Độ hay hát câu này. Nó như lời nhắc nhở họ, kêu gọi những người xung quanh cùng phát tâm tâm quy y. Trong một niệm quy y thì phước đức sinh ra.

Quy y Phật không đọa địa ngục. Quy y Pháp không đọa ngã quỷ. Quy y Tăng không đọa bàng sinh.

Quy y rồi thì phải sống đúng như Phật, như Pháp, như Tăng thì mới không bị đọa. Chúng ta phải làm lễ và thuyết linh, chính với nghĩa như vậy. Ý nghĩa của lễ, là cảnh tỉnh, là khai thị, là hướng cho hương linh tới một cảnh giới cao. Thầy có một lời khuyên duy nhất: nên nương vào hồng danh của Phật A Di Đà. Đây là hồng danh bất khả tư nghì! hay vô cùng!

Làm mọi nghi thức xong, nhiếp tâm lại. Trong tâm bình an thanh tịnh đó, tưởng đến linh, tưởng đến tên, đến gương mặt của người mất. Nếu biết Mật chú thì vẽ chữ Án trên trán (Chữ Án phải được khóa lại thì mới có tác dụng ngăn che hay giữ lại). Biết thì làm, không biết thì thôi, đừng vẽ bậy bạ.

Hoặc, đứng yên niệm Phật tưởng chữ Án, đặt thân của người lâm chung nằm trọn trong chữ Án (đầu là vòng tròn của chữ Án, thân nằm phía dưới của chữ Án). Trong cách tẩm niệm, cũng phải kiết ấn để sái tịnh cái hòm và phải vẽ chữ Án trên thân của người chết. Đó là tạo ra năng lực hoá giải tất cả nghiệp lực, khiến cho người chết không còn lý do gì phải rơi rớt lại trong luân hồi. Hoặc niệm Phật, và tưởng người mất vào trong câu niệm. Tưởng như vậy, người mất sẽ được che chở trong hào quang của Phật Di Đà.

3. Giáo hoá, hộ niệm cho người mất trong 49 ngày

Hiểu sâu về Cận tử nghiệp, Trung ấm và Tái sinh sẽ giúp chúng ta tự chọn cho mình một cảnh giới, một đường đi cho tương lai. Đặc biệt, ở hiện tại, có thể đủ khả năng hướng dẫn và hộ niệm cho người thân của mình.

Hộ niệm là hỗ trợ tâm niệm cho một người đi xa. Họ mắc kẹt ở chỗ nào? Cần phải tháo gỡ từ đâu? Tháo gỡ bằng cách nào? Nếu không hiểu rõ thì làm sao tháo gỡ được. Đơn cử một trường hợp cụ thể: trường hợp chú Tâm Đức. Khi đến hộ niệm, trước tiên, cần nhìn xem chú cần gì và mắc kẹt ở đâu? Trước khi Thầy đến, đã có các thầy khác tới lui, niệm *Nam mô A Di Đà* để cầu nguyện, nhưng không hiệu quả, không tháo gỡ được điều mắc kẹt của chú. Thầy nhìn chằm chằm vào mặt chú, tự nhiên, hiểu được điều chú cần.

Nhìn ra và hiểu được, Thầy bảo mọi người dừng niệm Phật (vì, rõ ràng, với chú, niệm Phật không có hiệu quả). Thầy liền đọc Kinh nhật tụng, đọc Hồng danh Sám hối. Tại sao hộ niệm cho người lâm chung lại đọc Hồng danh Sám hối? Tâm thức của ông đang ở trong sự giằng co: cái thiện, cái ác chưa phân rõ ràng, tâm chưa có một lối đi rõ ràng. Nếu không khéo tháo gỡ thì có thể sẽ duy trì trạng thái đó suốt cả ngày, thậm chí đến mấy ngày sau. Cho đến khi không thể duy trì được nữa thì mới ra đi. Nhưng, đó là sự ra đi trong vô minh, trong hôn ám, không có sự che chở, dẫn dắt của lý trí. Như vậy sẽ không có một kết quả an lành cho tương lai. Đó là điều rất đáng sợ, rất đáng ngại.

Lúc đó, Thầy đánh ba hồi chuông. Tự nhiên, chú ấy biết được. Tâm trí đang ở trong hôn ám, lo sợ, hoang mang liền được đánh thức dậy. Chú biết và nghe được tiếng của Thầy. Thầy nói: "Chú Tâm Đức! Chú có nghe được tiếng của Thầy không?" Chú nhắm mắt, miệng không thể nói được nữa (tứ đại rã, miệng cứng, hơi thở yếu, phổi, cổ họng không làm việc được nữa). Chú ra hiệu bằng cách nháy mắt. Thầy nói: "Bây giờ thầy xướng hồng danh Phật, chú khởi tâm lễ Phật nhé!" Chú nháy mắt. Thầy bắt đầu xướng: "Nam mô Phổ Quang Phật!" rồi đánh boong một tiếng chuông. "Nam mô Phổ Minh Phật!" lại boong một tiếng…Cứ như thế, tâm chú khởi và xướng lễ theo. Điều quan trọng, người xướng lễ phải chí thành, đầy nhiệt huyết, đầy lòng từ bi, tình thương, và phải có sự tập trung cao độ. Có như vậy mới tạo ra sức chuyển hoá, mới đi vào tâm thức của người lâm chung.

Hơi thở sắp hết, cổ họng đã cứng, vậy mà chú ráng chút hơi tàn. Khi Thầy xướng: "Nam mô Phổ Quang Phật!", chú muốn nói theo nhưng không được, chú chỉ niệm được một tiếng "Phật" thôi. Thầy xướng tiếp: "Nam mô Phổ Minh Phật", "Nam mô Phổ Tịnh Phật". Chú cứ thế niệm Phật, lạy Phật theo. Mỗi hồng danh Phật Thầy xướng lên, chú lạy theo và hơi thở của chú đi ra theo hồng danh Phật. Khi niệm tới "Nam mô Thanh Tịnh Thí Phật" thì hơi thở chấm dứt. Hồng danh "Nam mô Thanh Tịnh Thí Phật" có tác động rất mạnh với chú Tâm Đức. Thầy thấy rõ: hồng danh đó như quyết định nghiệp.

Khi còn sống, một ngày chú lạy Phật 400 lần, lâu ngày thành thói quen. Đây là tập quán nghiệp tốt. Người hộ niệm phải hiểu được tập quán nghiệp của họ (nhìn mặt có thể biết được) thì mới chuyển hoá, tháo gỡ được. Thầy biết tập quán nghiệp của chú, nên khi xướng lễ hồng danh Phật, có tác động ngay, và chú lạy Phật theo.

Lúc đó Thầy nghĩ, chú đi rồi, nên dừng niệm Phật để chú ra đi thanh thản. Nhưng, 5 phút sau chú thở lại? Đây là sự thăng hoa của tâm thức lên một cảnh giới thánh thiện của Phật, tuy nhiên, tàn dư nghiệp chưa đi hết. Trong trường hợp này, nếu thiếu sự hộ niệm, hay hộ niệm chưa đủ, thì, rơi lại vào thế giới của luân hồi, của sự chấp ngã (về thân thể). Vì chấp ngã nên đã kiếm hơi thở để tồn tại và trở lại trong một mớ của vọng tưởng điên đảo, đau khổ. Thầy quyết định tiếp tục xướng lễ hồng danh Phật. Kết quả, chú đã ra đi một cách nhẹ nhàng. Điều đáng mừng là lúc ra đi, tay chú chắp lại.

Nếu như, việc xướng hồng danh Phật không bị gián đoạn, thì sẽ thay đổi nhiều: có thể chú ở trung phẩm trung sinh, hoặc lên tới thượng phẩm trung sinh (trường hợp của chú có thể lên tới trung phẩm được). Quan trọng tới mức vậy đó. Cũng là lỗi của Thầy, do chưa nhận định chính xác 100%. Tuy chỉ khác nhau một phẩm, nhưng khác nhau ít nhất 500 kiếp, thời gian chịu khổ khác nhau tới 500 kiếp. Khác nhau một trời một vực.

Tại sao, trong trường hợp này, lời khai thị, niệm Phật không có hiệu quả? Do cuối đời, chú đã tạo được tập quán nghiệp lễ Phật. Cho nên, chỉ cần đụng vào tập quán nghiệp tốt của chú, thì chú sẽ khởi dậy và đi rất nhanh.

Tuy nhiên trong vòng 49 ngày sau khi mất vẫn có thể cứu vớt, vẫn có thể giáo hoá, hộ niệm được. Nhưng, người thân trong gia đình phải có sự tác pháp với thầy. Sự hộ niệm trong thời gian này rất quan trọng, không thua kém lúc lâm chung. Thân trung ấm có thần thông, có khả năng di chuyển rất nhanh, không gì cản trở được. Nó có thể nhìn thấy và cảm nhận được người nói với nó. Thậm chí có thể nhìn xuyên qua quả địa cầu, nhìn trong tâm. Tâm người nào hướng tới thì thân trung ấm nhận ra. Thân trung ấm rất kỳ diệu. Chúng ta biết âm thanh, ánh sáng là hai yếu tố mà Thân trung ấm rất lo sợ. Dưới đây là các cảnh giới hiện ra với Thân trung ấm, người hộ niệm cần hiểu để có thể hướng dẫn cho họ.

Ngày đầu tiên: Sau khi vừa chết, họ bị ảnh hưởng mạnh nhất ở thức uẩn, của sự sống hay cái chết. Họ không chấp nhận đã chết, thậm chí lại nỗ lực tìm cách duy trì sự sống. Họ lo sợ, hoang mang và biết rằng mình sẽ ra đi vĩnh viễn, không ngày trở lại, không biết rồi sẽ đi đâu về đâu. Mọi u sầu, chấp trước, lo lắng chiếm ngự tâm thức họ. Do vậy, Thân trung ấm không giải thoát được. Ngày đầu tiên có Phật Đại Nhật toả hào quang màu xanh; lại còn có ánh sáng màu trắng của cõi trời (cảnh giới cao nhất trong lục đạo) chiếu đến. Thường, thân trung ấm có vẻ yêu thích ánh sáng trắng, và không chọn hào quang cực mạnh của Phật Đại Nhật.

Các pháp như huyễn, nhưng do chưa thành công được phép quán này, nên thân trung ấm sợ tia sáng cực mạnh thiêu đốt thân tâm, nên không dám lại gần. Thế là đã bỏ lỡ cơ hội, không vãng sinh theo Phật Đại Nhật được, và thường ngã vào cảnh giới của cõi trời.

Ngày thứ hai: thuộc cảnh giới của sắc uẩn. Cảnh giới sắc uẩn biến hoá thành vị Phật Bất Động. Hào quang của ngài như một vòng tròn sáng màu xanh biếc. Thực ra, đây là vị Phật biến hoá từ Đại viên kính trí[1] của con người. Tức là từ thức thứ tám. Nhưng, thường, Thân trung ấm không chấp nhận, không thích màu xanh đó. Bởi: khi còn sống thường không quán về Phật, không chiêm nghiệm về lý sinh diệt; Ngược lại, lại chiêu cảm màu xám đục (là cảnh giới của sân hận). Đây là con đường đi vào địa ngục.

Ngày thứ ba: thuộc phạm vi của thọ uẩn. Thường, thọ lạc sinh tâm yêu thích, thọ khổ sinh sân và thọ xả sinh buồn. Cho nên, lúc vui, lúc khổ, lúc buồn chán, cứ đi qua đi lại. Nếu tu một niệm xả thì có sự quân bình, nhưng không xả nổi, lại cứ đảo điên trong ba trạng thái này. Khi hành động thường chọn lựa và tìm kiếm hành động thọ lạc; khi gặp điều không vừa ý thì sân giận nổi lên. Đây là cảnh giới bất bình đẳng ở

---

[1] Đại viên kính trí (Adarsa-jnana) chỉ cho trí tuệ của Phật. Trí Phật biết hết thảy các pháp một cách như thực, giống như tấm gương tròn lớn có khả năng ảnh hiện tất cả hình tượng. Mật giáo gọi là trí Kim cương. Theo tông Duy thức, sau khi thành Phật, phiền não chuyển thành trí tuệ được chia làm 4 loại, loại thứ tư (tức là thức A lại da) chuyển biến thành trí thanh tịnh, đó là trí Đại viên kính. Mật giáo đem pháp giới thể tính trí thêm vào bốn trí của Duy thức thành Năm trí.

nội tâm. Nếu thành tựu được cảnh giới Bình đẳng tính trí[1] của Mạt na thì sẽ thành tựu được thọ uẩn này. Ánh sáng thọ uẩn của Bình đẳng tính trí biến ra Phật Bảo Sinh. Vị Phật này có ánh sáng màu vàng, tròn như cái đĩa. Đây là vị Phật chế ngự phương Nam, dẫn thần thức chúng ta sinh về Tịnh Độ ở phương Nam.

Con người chúng ta vừa ý thì sinh tâm thích, không vừa ý thì sinh tâm ngạo nghễ. Ví dụ, mình hơn người thì sinh tâm ngạo nghễ; kém người, không bằng người thì sinh tâm tật đố, sinh tham. Tất cả đều biểu hiện từ ngã mạn. Trong cuộc sống, con người thường không sống với nguyên lý bình đẳng; trái lại, cứ sống với cái tật đố, cái hơn thua. Vậy nên, không thích ánh sáng màu vàng tròn của đức Phật Bảo Sinh; lại khởi tâm ngã mạn, nên sinh tâm yêu thích ánh sáng màu xanh nhạt (ánh sáng của cõi người). Rơi vào cõi này rồi, lòng ngã mạn ấp ủ, nó len lỏi sâu trong lòng, nên sẽ rất khó bỏ.

Ngày thứ tư: thuộc cảnh giới của tưởng uẩn. Nếu thành tựu được tưởng uẩn thì sẽ thành tựu được Diệu Quan Sát Trí[2] (thuộc về thức thứ sáu). Tưởng về cái này, cái kia, tưởng về nhà cửa, xe cộ, cái đẹp...mọi thứ đều tưởng ra. Đây là cảnh giới của Phật A Di Đà. Hào quang màu đỏ của lửa, màu đỏ giống như mặt trời lặn xuống núi, như trống đồng treo lơ

---

[1] Bình đẳng tính trí: Phạm: Samata-jnana, cũng gọi Bình đẳng trí. Là một trong bốn trí tâm phẩm, một trong năm trí. Chỉ cho trí biết rõ mình, người bình đẳng. Tức là trí tuệ do chuyển thức mạt na thứ bảy mà có được. Nhờ trí tuệ này mà biết rõ hết thảy sự tướng và mình, người đều bình đẳng. Do đó, nảy sinh lòng đại từ bi. (Theo *Phật Quang Đại từ điển*)

[2] Diệu quan sát trí: Phạm: Pratyaveksana-jnana. Một trong bố trí của Hiển giáo, một trong năm trí của Mật giáo. Tức là trí khéo léo xem xét các pháp rồi diễn nói một cách tự tại. Trí này do chuyển thức thứ sáu mà thành và được phối với Liên hoa bộ trong năm bộ của Mật giáo. Trí này lấy Di đà Như Lai làm vị tôn chủ. (Theo *Phật Quang Đại từ điển*)

lửng. Đó là ánh sáng của cõi Cực Lạc Tây Phương. Khi thành kính niệm Phật thì cũng thấy được ánh sáng đó. Ánh sáng đó thật kỳ diệu! dễ chịu lắm! Ngược lại, ngày đó cũng còn xuất hiện ánh sáng màu vàng nhạt-ánh sáng của tham ái (thuộc cảnh giới của ngạ quỷ).

Một ngày một đêm trong tâm của người chết rất dài, đau khổ hãi hùng do nghiệp lực lôi kéo; giống như đang đứng giữa ngã tư, ngã bảy bị bao nhiêu thứ lôi kéo. Muốn vãng sinh Tây Phương Tịnh Độ phải chờ tới ngày thứ tư sau khi thần thức ra khỏi xác, tới khi thấy được ánh sáng màu đỏ lửa. Đặc biệt nếu thấy rõ hơn nữa, họ sẽ thấy cõi liên hoa. Đây là một điều khó.

Ngày thứ năm: phạm vi của hành uẩn, là phạm vi của Thành Sở Tác Trí[1]. Đây là cảnh giới của Phật Bất Không Thành Tựu màu xanh lục (gọi tắt: Phật Bất Không) ở phương Bắc. Bên cạnh đó, lại còn có ánh sáng đỏ nhạt của cảnh giới của A tu la. Đi theo ánh sáng đỏ nhạt sẽ đoạ vào A tu la; ngược lại, theo ánh sáng xanh lục sẽ vãng sinh về cảnh giới của Phật Bất Không Thành Tựu.

Ngày thứ sáu: năm uẩn, bốn trí xuất hiện một lần. Bốn hào quang do tứ đại biến hoá, ở giữa có Đức Phật Đại Nhật. Phật Bất Động phóng hào quang màu xanh, Phật Bảo Sinh phóng hào quang màu vàng, Phật A Di Đà phóng hào quang sắc đỏ. Phóng hết các ánh hào quang đó thì đến lượt ánh sáng của lục đạo[2].

---

[1] Thành sở tác trí: Phạm Krtyanusthana-jnana. Cũng gọi Tác sự trí. Chỉ cho trí tuệ do chuyển 5 thức trước (thức mắt, thức tai, thức mũi, thức lưỡi và thức thân) mà có được, là 1 trong 4 trí, là 1 trong 5 trí. Vì 2 cái lợi là tự chứng và hoá tha mà làm nên gọi là sở tác, vi diệu nghiệp đại bi tuỳ loại ứng đồng đều được thành tự nên gọi là Thành. Đức Như lai Bất không thành tựu trong 5 đức Phật của Mật giáo được phối hợp với trí này.

[2] Ánh sáng lục đạo: trắng nhạt: của cõi trời, xanh nhạt: của cõi người, lục nhạt: của loài súc sinh vàng nhạt: của ngã quỷ, xám nhạt: của địa ngục.

Chúng ta chọn ánh sáng màu đỏ cõi liên hoa để vãng sinh Tây phương.

Sáu cảnh luân hồi đồng diễn ra với những màu sắc như vậy, hễ yêu thích màu sắc nào, ánh sáng nào, thì tự nhiên, thân trung ấm bị cuốn theo. Theo quy luật bình thường, với một người không tu tập, khi thân hoại mạng chung nhận Thân trung ấm, thì sẽ hiện ra sáu nẻo luân hồi. Lúc đó, tâm của họ muốn gì, thì, tự nhiên đi theo ánh sáng đó. Họ tự tìm hướng để vãng sinh hoặc để đầu thai luân hồi. Cho nên, người hộ niệm thỉnh thoảng phải nhắc nhở: nhất định phải chờ cho được ánh sáng màu đỏ của cõi liên hoa.

Tuỳ theo phước lực biến hoá: nếu hàng ngày niệm Nam mô A Di Đà Phật một cách tinh tấn, thì khi vừa xả báo thân này, lập tức thấy ngay cõi liên hoa (không cần chờ đến ngày thứ tư cõi liên hoa mới hiện ra).

Ngày thứ bảy: hào quang ngũ sắc biến hiện. Hào quang xáo trộn, biến hoá mạnh mẽ. Đây là yếu tố của không, của chân không biến hoá. Khi các hào quang biến hoá như vậy, tưởng tượng ra như có sự va chạm của các ánh sáng, tạo ra những tiếng động như binh trận, như có tiếng chém giết. Tiếng động đó thật khủng khiếp. Thân trung ấm chỉ còn biết sợ hãi và chạy trốn. Đây là cảnh giới của Phật Minh Trì.

Ngày thứ tám. Thầy xin lưu ý: trong vòng bảy ngày sau khi chết, các cảnh giới của Phật, và của luân hồi lục đạo hiện ra. Tới ngày thứ tám, xuất hiện cảnh giới của ác thần. Nếu thương người chết, trong vòng 49 ngày, nhất định phải cố gắng giúp họ. Phải thường xuyên khai thị, an ủi một ngày 5-7 lần, 10 lần. Đánh chuông, tụng kinh trước bàn thờ, nói lời khai thị, gọi tên người chết, khai thị để họ biết đang ở ngày thứ mấy? Phải nhận ra cho được. Vì có người chết sau 8 giờ, cũng có người chết sau ba ngày thần thức mới ra khỏi xác. Thần thức ra khỏi xác, luôn là điều khó hiểu.

Một điều khẳng định: cho dù một người có hiểu biết rộng, trí bao la như biển cả cũng không có ý nghĩa gì trong lúc này. Thậm chí, ngay cả những vị thầy cũng không biết mình đang bị đoạ vào luân hồi. Đây là điều không thể phủ nhận được. Chỉ có công phu, chỉ những người thực tập và hiểu sâu về cảnh giới này mới đủ bình tĩnh, đủ sức ứng biến và nhìn ra.

Bảy ngày tiếp theo hiện ra các cảnh giới của 58 vị ác thần. Mỗi vị ác thần hiện ra một cảnh giới rất dễ sợ. Khi còn sống, họ không nhìn thấy những cảnh giới này; chỉ thấy thích khi nhìn cái vừa mắt, thấy sợ hãi khi nhìn thấy tai nạn máu me, muốn chạy trốn khi thấy cảnh tượng rùng rợn. Họ đâu có đủ bình tâm, đủ sức quán chiếu các pháp vô thường, như huyễn, ngã, khổ, không. Bởi vậy, họ dễ bị cuồng tâm, loạn tưởng, cứ vậy, theo nghiệp dẫn dắt họ đi.

Có thể nói, ngày thứ tám là một ngày rất quan trọng. Nếu thành tựu được pháp tu hành, sẽ giải thoát được. Nếu không, thần thức dẫn đi tới ngày thứ tám. Ngày thứ tám có một vị thần tướng mạo lạ kỳ: trên đầu một bên màu trắng, một bên màu đỏ, ở giữa màu xám thẫm. Thân bốc ra lửa, răng bóng loáng như đồng, miệng lúc nào cũng cười và phát ra âm thanh rùng rợn *a la la, ha ha, su hu...* Ông ta vừa đi, vừa hát như vậy. Tóc màu đỏ, dựng ngược lên, trên mình treo đầy đầu lâu, rắn rết. Vị thần này có sáu tay, cầm bánh xe, giáo mác, kiếm sắt, chuông đồng, lưỡi cày và đầu lâu. Mỗi tay cầm một thứ. Đây là cảnh giới của ác thần (các ác thần đều có sáu tay).

Tuy tướng mạo hung dữ, nhưng thực ra đây là vị hộ pháp, chính là Phật Đại Nhật biến hoá ra. Biến hoá ra để làm gì? Là do nghiệp thức của chúng ta nên nhìn thấy Phật Đại Nhật dưới dạng như vậy (giống như đức Phật nhìn thấy cõi này là tịnh độ, chúng ta nhìn thấy cõi này là gò nổng hầm hố). Biết vậy rồi, nên khi gặp đừng sợ. Vì sợ hãi, cuồng loạn thì sẽ dễ dẫn mình tới gần cảnh như vậy. Lúc đó, ác nghiệp đoạ lạc hiện ra, nhưng do không biết nên lại thấy an bình; và chạy theo ác nghiệp đoạ lạc đó để rồi bị trầm luân. Thật là nguy hiểm!

Cảnh giới của thân trung ấm thật lạ: trong lòng muốn một nơi nhưng cảnh giới thì ngược lại: lòng nóng nực, thì đoạ vào địa ngục hàn băng; Ngược lại, thấy lạnh thì lại đoạ vào địa ngục hỏa nhiệt. Lúc này, chỉ cần nhiếp tâm thanh tịnh; hoặc, nếu có định lực quen, chỉ cần nhiếp tâm niệm *Nam Mô A Di Đà Phật*.

Ngày thứ chín: cảnh giới của đức Phật Bất Động. Đức Phật Bất Động hoá hiện ra một vị thần: thân màu xanh đậm, có ba đầu, sáu tay và bốn chân đứng dạng háng. Khi nói chuyện thì ba đầu đều có thể cùng nói chuyện với mình, nghĩa là đầu này đang nói thì đầu kia lại nói chêm vào. Đầu bên phải màu trắng, đầu bên trái màu xanh và đầu ở giữa màu đỏ. Sáu tay của ông cầm chày kim cương, sợ người, giáo mác, chuông đồng và lưỡi cày.

Thực ra ông là ai? Chúng ta không phải sợ hay chạy trốn, cũng không cần phải nghe lời ông nói. Ông chính là Phật Bất Động. Chỉ cần nhận ra chân tướng Ngài thì Ngài lập tức ẩn mất. Và rồi, tâm chúng ta quay trở về với sự phẳng lặng, bình an. Nếu không nhận ra, chắc chắn chúng ta sợ hãi. Sợ hãi thì chạy trốn; thế là nghiệp lực sẽ bám theo.

Ngày thứ 10 chúng ta gặp một vị thần. Thân ông màu vàng sậm; ông có ba đầu, một đầu màu trắng, một đầu màu đỏ và một đầu màu vàng sậm; có sáu tay và bốn chân dạng ra. Trên tay ông cầm bảo vật, khí giới, thịt người, chuông đồng và đầu lâu. Người ăn nhiều thịt khi chết sẽ gặp cảnh giới này. Đây chính là Phật Bảo Sinh. Không sợ Ngài, thì ngay lúc đó, Ngài sẽ biến mất. Những cảnh giới này chính là do tâm chúng ta biến hóa mà ra.

Ngày thứ 11: đức Phật A Di Đà biến hiện ra một vị thần có ba đầu, sáu tay, bốn chân dạng ra, thân màu đỏ sậm. Một đầu màu trắng, một đầu màu xanh và đầu ở giữa màu đỏ sậm. Sáu tay của vị cầm hoa sen, đinh ba, trùy sắt, chuông đồng, đầu lâu và một cái trống nhỏ. Vị này xuất hiện cùng với cõi liên hoa, vậy nên đừng sợ. Những ai chuyên tinh niệm Phật A Di Đà, khi nhắm mắt, lìa đời chỉ cần nhớ hồng danh A Di Đà Phật thì Ngài hiện tiền trợ giúp.

Ngày thứ 12: cảnh giới của Phật Bất Không Thành Tựu. Thân ngài màu xanh lục, có ba đầu, sáu tay và bốn chân đứng dạng ra. Một đầu màu trắng, một đầu màu đỏ và đầu ở giữa màu lục sậm. Sáu tay ngài cầm gươm, đinh ba, trùy sắt, chuông đồng, đầu lâu và lưỡi cày. Phật Bất Không Thành Tựu chính do nghiệp thức của chúng ta hóa hiện ra. Nếu biết được do cõi nghiệp thức biến hóa ra, thì, tự nhiên, sẽ đi vào cảnh Tịnh độ. Nếu sợ hãi thì, tâm phóng theo cảnh và sẽ dẫn dắt đi vào cảnh giới luân hồi.

Ngày thứ 13 là ngày phức tạp. Có tám vị ác thần cùng hiện ra trước mặt, mỗi vị xuất hiện ở mỗi phương. Tám vị ác thần này đều do nghiệp hóa hiện, không có gì phải lo sợ[1].

---

[1] Trong trường hợp có điều lo sợ, thì bắt ấn Kim Cương. Cách bắt ấn: để ngón tay cái vào cuối ngón tay áp út, nắm chặt lại, mặm môi và niệm *Án ma ni bát di hồng…Án ma ni bát di hồng…*Chữ "Án" đóng cảnh giới của địa ngục, chữ "ma" đóng cảnh giới của ngạ quỷ…Cứ như thế, sáu chữ đóng cảnh giới của lục đạo luân hồi. Khi làm như vậy, tâm mình chuyên nhất. Với quyết tâm ý thức tập trung cao độ vào câu mật chú, tay nắm thật chặt thì không còn ảo giác về ma.

Vị ác thần hướng Đông màu trắng, một tay ôm xác chết, một tay cầm đầu lâu. Vị ác thần thứ hai ở hướng Nam, thân màu vàng, tay cầm cung tên. Vị ác thần thứ ba ở hướng Tây, thân màu đỏ, tay cầm da con cá sấu. Vị ác thần hướng Bắc thân màu đen xuất hiện, có hai tay, tay cầm chày kim cương và một cái đầu lâu. Vị ác thần hướng Đông Nam thân màu da cam và đang ăn thịt. Vị ác thần phương Tây thân màu lục, đang uống máu. Vị ác thần phương Bắc thân màu vàng, ăn thịt người. Vị ác thần phương Đông Bắc thân hình màu xanh, ăn thịt người. Đây là do tâm biến hóa ra. Thấy các vị ác thần như vậy hiện ra thì đừng sợ.

Các vị ác thần đó chỉ hiện ra từ giờ Tý tới 12 giờ trưa. Sau 12 giờ trưa, xuất hiện tám vị khác. Như vậy, trong ngày thứ 13 sẽ gặp đủ 16 vị thần. Từ hướng Đông, lại xuất hiện một vị ác thần thân màu đỏ, đầu giống như sư tử, tay cầm xác chết. Hướng Nam xuất hiện vị ác thần thân màu đỏ, đầu như con cọp, hai tay dài chấm đất. Từ hướng Tây xuất hiện vị ác thần màu đen, đầu chó sói, tay cầm một lưỡi dao và thịt người. Ở phía Bắc xuất hiện vị ác thần màu xanh thẫm, đầu chó sói, ông đang ăn thịt người. Ở phía Nam xuất hiện vị ác thần màu xanh, đầu kênh kênh, mang xác chết trên vai, tay cầm xương khô. Hướng Tây Bắc xuất hiện vị ác thần màu đỏ sậm, đầu con chim ó, trên vai mang da người chết. Ở phía Bắc xuất hiện vị ác thần màu đen, đầu con chim quạ, tay cầm đầu lâu, lưỡi kiếm và đang ăn thịt người. Từ phía Đông Bắc xuất hiện vị ác thần màu xanh thẫm, đầu giống như con chim cú, tay cầm chày kim cương và một lưỡi kiếm. Tám vị thần này xuất hiện từ sau 12 giờ trưa cho tới nửa đêm. Họ tới từ bốn hướng và cứ đi tới đi lui, luôn xuất hiện trước mặt thân trung ấm, khiến cho họ có cảm giác như đang bị bao vây xung quanh. Tâm của thân trung ấm rất sợ hãi. Nhưng, nếu bình tâm thì có thể nhận ra được: nó chỉ như con cọp giấy, là do nghiệp lực biến hóa ra. Cần nhận định: các ác thần kia chỉ là do vọng thức điên đảo, như huyễn mà có. Suy nghĩ được như vậy thì sẽ không còn sợ hãi nữa.

Ngày thứ 14: có bốn vị Hộ pháp hiện ra trước mặt. Tướng mạo của họ khá hung dữ. Ở hướng Đông xuất hiện vị Hộ pháp thân màu trắng, đầu cọp và tay cầm đầu lâu. Hướng Nam xuất hiện một vị Hộ pháp màu vàng, đầu lợn, tay cầm thòng lọng (như để thắt cổ). Phía Tây xuất hiện vị Hộ pháp thân màu đỏ, đầu sư tử và tay cầm dây sắt. Phía Bắc xuất hiện vị Hộ pháp màu xanh lục, đầu rắn, tay cầm chuông đồng. Từ ngày thứ 14 cho tới sau này, xuất hiện 28 vị ác thần khác nữa.

Có thể thấy, người mất chỉ có được những ngày thực sự bình yên trong vòng một tuần sau khi chết. Những ngày đó, xuất hiện ánh sáng màu nhiệm, nhưng người mất thường sợ hãi và không còn nhìn thấy. Đó là do lỗi của thân trung ấm do đã nhắm mắt lại nên không nhìn thấy ánh sáng. Giống như mặt trời luôn soi chiếu nhưng người mù lại nghĩ mặt trời không soi chiếu.

Trong trường hợp muốn khai thị, nhưng không nhớ thì, viết nội dung khai thị ra giấy, hàng ngày đứng trước bàn thờ vong linh và nói lời khai thị, rằng:

Nếu thấy một vị thần như vậy như vậy thì đừng sợ. Đó chẳng phải ai khác, mà là do vị Phật này, vị Phật kia hóa hiện ra; và vạn pháp như huyễn. Muốn sinh Tây phương thì nhớ chờ đợi đến khi có cõi liên hoa với Phật A Di Đà với ánh sáng màu đỏ của lửa. Như thế, thì sẽ được vãng sinh.

Cứ khai thị như vậy trong suốt 49 ngày. Quan trọng nhất là 14 ngày. Ngày đó ánh sáng pháp thân chiếu khắp mọi nơi lần cuối cùng[1].

Tóm lại, chúng ta cần nhớ từ ngày thứ tám cho tới ngày thứ 14 có 58 vị ác thần xuất hiện. Những vị thần này đa phần do Phật, Bồ tát và Hộ pháp hóa hiện ra những hình thù quái dị khiến chúng ta khiếp sợ. Không cần phân biệt họ là ai, chỉ cần biết: do các ngài hóa hiện ra, tự nhắc lòng mình không sợ, vì các ngài không làm hại mình.

4. Di chuyển tâm thức

4.1. Thuật Phô qua

Đây là thuật ngữ của người Tây Tạng, dùng chỉ cho pháp chuyển di tâm thức. Người Tây Tạng rất rành, rất giỏi về pháp chuyển di tâm thức này. Với họ, đây là pháp bình thường; nhưng trong Phật giáo Việt Nam thì, pháp này còn nhiều bàn cãi.

Tại đây chỉ mang tính giới thiệu, giúp chúng ta có một cách nhìn khái quát về thuật Phô qua, không chỉ ra phương pháp thực tập. Phô Qua là phương pháp di chuyển một tâm thức từ chỗ này sang chỗ kia, là một trong sáu phương pháp Du già của Naropa thuộc giáo lý của Tây Tạng. Nó được phát triển mạnh nhất ở thế kỷ thứ XI. Điều này do công của ngài, dịch giả Mapa. Nó được phát triển mạnh lên là nhờ công của ngài Liên Hoa Sinh[2].

---

[1] Lần thứ nhất khi vừa chết, hơi thở vừa tắt. Lần thứ hai, thần thức ra khỏi xác. Lần thứ ba vào ngày thứ 14.

[2] Trong một số bản kinh, có dẫn lời của đức Phật Thích Ca Mâu Ni. Dân chúng ở rừng Ta La Song Thọ khóc than, xin Thế Tôn hãy trụ thế để cứu độ chúng sinh, Đức Phật nói: "Các ngươi yên tâm! Sau khi ta Niết bàn 12 năm, ở gần Bồ đề đạo tràng sẽ có một vị hoá sinh trong hoa sen. Vị này sẽ giữ gìn giáo pháp và truyền bá khắp mọi nơi".

Người Tây Tạng nói rằng Liên Hoa Sinh có thọ mạng 3.000 tuổi. Nhưng khoa học nói Ngài thọ 1.500 tuổi. Vào thế kỷ VIII, khi Ngài đang ở Ấn Độ, một vị vua Tây Tạng mời Ngài sang kiến lập một tu viện lớn. Kiến lập xong tu viện, Ngài đến tu tập ở hang núi Gungphu ở vùng Sangre. Lúc đó, vị đại thần Niyma phát tâm xây dựng cung điện. Sơ ý, ngọn nến đổ xuống làm cháy các tấm lụa, cháy lan ra cả cung điện, làm chết 13 người (trong đó có cả cha mẹ của ngài). Đại thần Niyma buồn khổ vô cùng. Ông ta nghĩ: nghiệp lực của mình quá mạnh. Chỉ vì muốn xây dựng cung điện mà đã khiến cho mọi người bị chết. Vua Tây Tạng thương xót, tìm mọi cách an ủi nhưng ông không thể nguôi ngoai nỗi buồn. Nhà vua dẫn đại thần đến gặp ngài Liên Hoa Sinh. Ngài Liên Hoa Sinh nhập định, Ngài thấy mình đến nước Tây Phương Cực Lạc của Phật A Di Đà. Tại Tây phương Cực Lạc, Ngài được đức Phật A Di Đà dạy cho phép Phô Qua (còn gọi là phép chuyển di tâm thức). Phật dạy: phương pháp này chỉ dạy cho đại thần, không được dạy cho bất cứ người nào khác.

Sau khi xuất định, Ngài ghi lại rất rõ ràng những lời Phật dạy và đưa cho các đại thần. Ngài dặn các vị đại thần: sau khi thực tập xong phải đem chôn trong một hang đá. Ngài Liên Hoa Sinh căn dặn và dạy một vị thần. Vị thần này phải dùng thọ mạng tới 300 năm để canh giữ hang đá đó cho tới khi Niyma tái sinh và phải làm thế nào đó để Niyma thấy được quyển sách đó. Sau này, tới đời tái sinh của đại thần Niyma, ông đem quyển sách đó truyền bá một cách rực rỡ. Đó là vào thế kỷ thứ XIV.

Thiền học có Thập lục đặc thắng[1]. Trong Thập lục đặc thắng có đầy đủ ba phương diện: có Chỉ, có Giác và có Quán.

---

[1] Thập lục đặc thắng, cũng gọi Thập lục thắng hạnh. Chỉ cho 16 pháp quán rất thù thắng thuộc số tức quán. Số tức quán là phương pháp theo dõi và đếm hơi thở ra vào để tập trung tư tưởng khiến tâm không tán loạn.

Đầu tiên, chúng ta biết hơi thở ra, biết hơi thở vào. Nếu không biết hơi thở tức là bị vô minh, bị vọng tưởng, bị quên rồi, bị mê lầm. Tiếp theo là biết hơi thở ngắn, hơi thở dài. Sau đó biết hơi thở chạy khắp toàn thân. Thực tập những phép như vậy, chúng ta quán tưởng và sẽ quen. Khi quen rồi, cần sử dụng thuật Phô Qua thì sẽ thành công. Phải thực tập khi còn khỏe mạnh, tỉnh táo, có kiến thức thì mới hiệu quả. Đến khi hộ niệm cần đến thì mới sử dụng thành công được. Có nhiều phương pháp thực tập thuật Phô Qua. Xin giới thiệu 3 phương pháp:

Phương pháp thứ nhất gồm có Quán tưởng và Chuyển di. Quán tưởng có các bước sau:

Bước thứ nhất: chọn một tư thế ngồi thoải mái, giống như ngồi thiền. Ngồi là trạng thái tốt nhất (đứng rất khó tập trung; nằm sẽ bị hôn ám và dễ buồn ngủ). Khi ngồi, tim không nhẹ (tới mức phải ngủ) cũng không nặng (tới mức phải đứng để giữ thăng bằng). Trạng thái giống như ngồi thiền. Tập cho tâm buông xả trước khi đi vào công phu: tạm thời bỏ qua hết mọi chuyện thế gian.

Bước thứ hai: đó là tưởng tượng, tập trung tâm mình vào một chân lý. Phật giáo Tây Tạng dùng thuật ngữ *Triệu thỉnh chân lý*. Triệu thỉnh chân lý nghĩa là: gọi mời (tập trung) tất cả những hiểu biết tốt đẹp, những chân lý thánh thiện vào trong tâm mình. Cách triệu thỉnh đơn giản: nhìn hình tượng của một đức Phật và tưởng tượng Ngài hiện diện[1] trong tâm mình. Tin tưởng tuyệt đối vào sự màu nhiệm, che chở và giá trị chân lý của đức Phật. Đức Phật có đủ lòng từ bi, đủ trí tuệ thánh thiện.

---

[1] Quán tưởng về chân lý, pháp mà mình học được (về Tứ Đế, mười hai nhân duyên…); hoặc tưởng ra hình tượng của Bồ tát Quan Thế Âm hoặc hình tượng của Phật A Di Đà.

Bước thứ ba: tập trung năng lượng cao độ và bắt đầu suy nghĩ. Dùng phép tưởng, tưởng ra ánh sáng, hoặc tưởng tới đức Phật phóng quang chiếu lên thân mình, khiến cho tâm khổ đau, phiền muộn lắng dịu xuống. Mình cầu Phật từ bi che chở và gia hộ cho; tưởng cho tới khi nhìn thấy Phật mỉm cười. Tức là ánh sáng chân lý và đức Phật (hoặc tượng Phật, hoặc hình dáng của Phật) đã đáp ứng được lòng mong cầu của mình. Thực hiện được phép này đủ thấy lòng khát khao, thiết tha, thành khẩn và định tâm cao tới mức nào.

Người Tây Tạng suy niệm (tưởng) bằng cách cầu nguyện: *Nhờ ân sủng, sự dìu dắt, năng lực ánh sáng tuôn phát từ nơi ngài*. Tức là: tưởng, nhớ, nghĩ tới, thọ nhận được lòng từ bi, sự che chở và cứu vớt của Phật. Từ trong tượng Phật, ảnh Phật có ánh sáng màu nhiệm của Phật phóng ra và chiếu tới bản thân mình. Hoặc nghĩ ánh sáng, chân lý mà mình triệu tập về đều là ánh sáng màu nhiệm. Ánh sáng đó soi chiếu lên toàn thân mình.

Hai bước đầu dễ làm, bước thứ ba cần phải công phu nhiều ngày mới thành tựu được.

Bước thứ tư, quán tưởng rằng: sau khi Phật đã mỉm cười thì, tất cả những tội lỗi gây ra đều tan biến, tất cả những nỗi đau được hàn gắn, tất cả những sở nguyện đều được thành tựu. Mọi thứ đều như huyễn hoá và tan ra trong ánh sáng của chân lý, ánh sáng của Phật. Nguyện rằng:

Xin cho tất cả các ác nghiệp của con được tiêu trừ.
Tất cả những phiền não của con được lắng dịu.

Ánh sáng của chân lý, ánh sáng của Phật do mình tưởng ra chiếu lên tâm chiếu lên toàn thân khiến cho thân tâm mình thanh tịnh. Tiếp theo, phát nguyện:

Xin cho con tự biết đã được tha thứ về tất cả điều hại mà con đã nghĩ và đã làm.

Đây là phép xin Phật tha thứ cho tất cả những sai trái, tội lỗi mà mình đã gây ra.

Bước thứ năm, toàn thân của mình với ánh sáng của chân lý, ánh sáng của Phật của Bồ tát trên hư không như được hoà làm một. Lúc đó, Phật và tâm, tâm và Phật là một.

Bước thứ sáu là bước đề cập đến thời gian quán tưởng. Nghĩa là duy trì trạng thái tưởng như vậy càng lâu càng tốt.

<u>Chuyển di</u>, có lời nguyện:

Xin cho con hoàn tất cái phép chuyển di sâu xa này để con có một cái chết an ổn.

Đó là chúng ta nghĩ tới cảnh chết đó và cầu mong có được sự thành tựu của phép chuyển di. *Chuyển di*, tức là di chuyển.

Sự chết vinh quang của con, mong có thể làm lợi lạc cho tất cả những chúng hữu tình dầu còn sống hay đã chết.

Nếu thực tập thành công thuật chuyển di này thì đi hộ niệm rất hiệu quả. Đặc biệt, cho dù người chết có nghiệp nặng đến mấy, chỉ nỗ lực dùng phép này trong khoảng 1 giờ đồng hồ, thì, họ có thể ra đi ngay.

Với người bình thường, thiếu lòng từ bi, thiếu tuệ quán chiếu, thiếu Bồ đề tâm, khi thực tập phép chuyển di này rất dễ bị chấm dứt mạng sống của mình (Trên lý thuyết thì như vậy, nhưng thực tế, chết đâu có dễ). Dẫu sao vẫn phải trình bày đầy đủ để mọi người lưu tâm.

Phép này rất quan trọng, không cần lý thuyết nhiều và trong hoàn cảnh nào, địa điểm nào cũng thực tập được. Do điều kiện sống của người Tây Tạng, họ có thể thực tập trong núi rừng, hoặc trong bất cứ hoàn cảnh, điều kiện nào cũng được. Cách này không đề cập đến chuyện ăn uống, ngủ nghỉ. Vậy nên, họ muốn ăn thì ăn, và ăn gì cũng được. Họ mặc kệ vợ con miễn sao thành tựu phép này thì được người khác kính trọng. Do vậy, đây là phép đặc biệt của người Tây Tạng.

*** Phương pháp thứ hai**. Phép này đơn giản hơn cả. Mình ngồi thiền, triệu thỉnh chân lý hoặc triệu thỉnh tượng Phật trong tâm. Sau đó, tưởng ra một cái cầu vồng (một cầu vồng sáng từ tim của mình), thấy trái tim mình sáng lên, tròn như cái cầu vồng[1]. Tiếp theo, tưởng ánh sáng từ cầu vồng trái tim của mình bay ra, nhập vào ánh sáng chân lý, ánh sáng của tượng Phật (mình đang tưởng). Trạng thái đó trụ càng lâu càng tốt.

Như vậy phương pháp này đơn giản hơn: chỉ cần tâm mình tưởng lên một tượng Phật to lớn (trên hư không) phóng hào quang chiếu tới mình và từ trái tim mình cũng có một cái cầu vồng ánh sáng hiện ra nhập với ánh sáng của Phật. Cứ duy trì trạng thái ánh sáng bất khả phân như vậy càng lâu càng tốt.

*** Phương pháp thứ ba**: cứ ngồi im, thật thoải mái và luôn nghĩ trong đầu: *Tâm con và tâm Phật là một*. Bài này đơn giản có vẻ dễ sử dụng. Không cần phải nói về ánh sáng, cũng không cần sám hối, cũng không gì hết. Đôi khi những cái đơn giản nhất lại hiệu quả nhất. Chỉ luôn nghĩ: "Tâm ta và tâm Phật là một". Thực ra phép này không phải chỉ người Tây Tạng mới biết, cũng không phải từ kinh điển gì sâu xa. Phật tử Việt Nam hàng ngày đã biết câu: *Phật chúng sinh tính thường rỗng lặng*. Một câu đó là đủ rồi, đủ cho pháp môn này rồi. Vậy mới nói: vạn pháp dung thông. Rất tuyệt vời!

---

[1] Trước đây, thầy hướng dẫn một anh sinh viên bị ung thư trong khoá nhập thất để chữa bệnh, nhịn ăn. Quả nhiên đến ngày thứ 18, anh ta thấy cầu vồng sáng bay lại. Như vậy phép quán tưởng đã thành công.

Trên đây là ba phép: phép dài, phép trung và phép ngắn. Phép ngắn nhất chỉ có một câu: "Phật chúng sinh tính thường rỗng lặng", hoặc là "Tâm con và tâm Phật là một".

Chuyển di như thế nào? Khi có người đang hấp hối, chúng ta tụng kinh hộ niệm cái gì. Nếu có thể được, thì trước hết và tốt nhất nên niệm Phật (tránh trường hợp cứ khai thị khi không đủ khả năng). Đừng khai thị ào ào như giảng pháp vậy. Hạn chế việc khai thị qua điện thoại (trừ trường hợp người đó có lòng khát ngưỡng về vị thầy đó. Tuy nhiên, lúc đó cần phải có người đứng bên cạnh hỗ trợ thêm). Cách khai thị qua điện thoại không có hiệu quả (chỉ hiệu quả khi là tiếng của ông thầy với học trò, chỉ cần nghe tiếng là biết).

Trường hợp chú Tâm Đức nghe tiếng của Thầy, chú biết liền, nên khi nghe Thầy nói: "Chú Tâm Đức! Thầy tới thăm đây", ông mở mắt ra luôn. Lúc đó, mắt của ông không thể mở được nữa, nhưng cũng ráng mở. Trong khi mọi người niệm Phật rầm rầm đủ thứ, chú không nhận ra, nhưng nghe rõ tiếng Thầy. Rõ ràng, chú và Thầy có duyên với nhau.

Tóm lại. về phương pháp chuyển di, chỉ nhớ gọn lại một câu: "Tâm con và tâm Phật là một". Nhớ như vậy là đủ. Nếu muốn dùng phép này để chuyển di tâm thức cho người chết thì phải nhìn thấy điểm nóng trên thân thể của họ. Khi biết điểm nóng, mình cũng dùng phép tưởng một tượng Phật ở trên hư không to lớn và ánh sáng của Phật chiếu xuống ngay chỗ hơi nóng để tiếp dẫn. Làm như vậy thì có thể hóa giải được cho họ. Hoặc, giả dụ điểm nóng tụ ở bụng. Tưởng ánh sáng của Phật chiếu xuống ngay chỗ bụng, và ánh sáng đó di chuyển lên trên đỉnh đầu. Với sức mạnh của ánh sáng của từ bi, tâm thức đó sẽ chiêu cảm, sẽ hóa giải được, sẽ lắng dịu nghiệp bên trong. Cảnh giới đó tan biến và dẫn ánh sáng lên đỉnh đầu. Đó gọi là Chuyển di tâm thức. Cách này rất màu nhiệm.

Nếu mình biết rõ hơi nóng tụ ở trên đỉnh đầu, mình chỉ quán tưởng Phật chiếu thẳng trên đỉnh đầu. Nếu không biết, mình cứ quán tượng Phật hào quang chiếu lên trên đỉnh đầu. Như vậy là được. Người biết về Mật tông, thì có thể quán hình người chết nằm trong cái Mạn đà la. Lúc đó, bao nhiêu nghiệp chướng sẽ được hóa giải.

Khi hộ niệm, có lúc Thầy phải sử dụng đến Mạn đà la. Khi phải sử dụng Mạn đà la, người hộ niệm rất mệt. Sử dụng Mạn đà la có ưu điểm là: thời gian tiếp xúc gần người chết rút ngắn, nhưng, ngược lại, làm cho sức lực người làm chóng suy kiệt nhất. Một điều nữa là người đời không hiểu, lại nghĩ: sao ông thầy vừa mới vào một lúc mà ông lại đi mất rồi. Chỉ có người làm mới tự biết năng lực và cách làm của mình diễn ra tới đâu.

4.2. Di chuyển tâm thức người mất

Người ta nói: phép Phô Qua không cần qua những pháp thiền định cũng có thể thành tựu được sự giác ngộ tối thượng. Nhưng, với chúng ta, những phép này thực tập không có hiệu quả thực sự. Thầy quan ngại về sự lạm dụng của quý Phật tử: tự lập ban hộ niệm, rồi đi chỗ này chỗ kia, rồi ta đây chắc chắn đưa người mất về Tây phương được... Từ đó sinh ra rất nhiều chuyện phức tạp. Vậy nên, không học phương pháp đó. Thay vào đó, Thầy giới thiệu hai phương pháp đơn giản hơn:

4.2.1. Phương pháp quán

Quán chữ Án. Chữ Án là một chữ gồm thâu tất cả chủng tử của pháp thân thanh tịnh. Cần quán chữ Án nằm ở giữa. Khi tập phép quán này, nên ngồi im tưởng tượng trên bầu trời có một đức Phật hay một vị Bồ tát (hình ảnh của vị nào mà mình yêu thích). Nhìn chăm chú, nhiếp tâm vào bức hình, để rồi khi nhắm mắt lại, vẫn có thể thấy được vị đó. Tưởng tượng Ngài trên bầu trời, ánh sáng của Ngài chiếu xuống toàn thân mình. Giữa mình và ngài hoà nhập làm một trong ánh sáng đó; Ngài cũng ở trong tim của mình. Lúc ấy hiện lên một đoá hoa sen tám cánh, chiếu ra tám đạo hào quang. Lúc đó, nếu đứng trước người mất thì dùng tâm quán chiếu. Quán chiếu rằng, ánh sáng từ trái tim mình (được tiếp nhận từ Phật ở trên hư không) chiếu vào tám cửa mà thần thức của người chết có thể đi ra (chỉ chừa lại ở trên đỉnh đầu). Theo nguyên tắc nghiệp lực dẫn vào. Khi thấy ánh sáng đó chiếu vào 8 cửa làm cho thần thức không đi ra được, phải quay trở lại. Có 9 cửa để di ra, giờ đây đã bịt mất 8 cửa, chỉ còn lại một cửa (không bị bịt). Thế là tâm thức sẽ đi ra qua chỗ đó. Đây là cách đơn giản nhất.

Quán bàn tay Phương pháp này đòi hỏi thành tựu được pháp *Hỏa luân tam muội* (pháp này hơi khó tập). Cách làm như sau: để úp bàn tay và quán chiếu ở dưới tay của mình có sức nóng. Cần tập trung cao độ tư tưởng và lực (thậm chí có thể lên gân) vào trong bàn tay của mình. Làm vậy, mình có thể kiểm tra được người mất nóng ở chỗ nào. Nếu nóng ở bàn chân, thì để tay mình ở bàn chân khoảng một phút, rồi dùng hết sức *Hỏa luân tam muội*. Tập trung tư tưởng vào đó, tưởng tượng rằng: thần thức hay suy nghĩ của người chết không nên tập trung chỗ đó nữa, mà nên di chuyển theo bàn tay của mình. Dần dần, di chuyển bàn tay (mình) từ chân lên đỉnh đầu (của người chết) theo chiều kim đồng hồ và thả ra. Sau đó, mình lại từ từ để tay lại ở chỗ chân để di chuyển dần dần lên. Phương pháp này rất dễ, nhưng thường không có hiệu quả (Vì muốn có hiệu quả, phải thành tựu Hỏa luân tam muội).

Một câu hỏi đặt ra: "Thưa thầy, một người làm ác, khi chết bị nóng dưới bàn chân. Và họ phải đi vào địa ngục để chịu quả báo. Bây giờ mình đưa họ lên cõi cực lạc, điều đó có trái với luật nhân quả không?" Hoàn toàn không trái. Bất luận đó là ai, làm ác vẫn phải chịu quả báo (không tránh khỏi). Phật tổ cũng phải như vậy; nhưng trạng thái trả quả của đức Phật khác với chúng ta. Về Cực lạc Tây phương thì có thể dùng một số thần lực hoá hiện ra vô lượng thân, có thể trả nghiệp sát trong giây lát. Giống như một tỷ phú có thể dễ dàng trả nợ hơn chúng ta.

Cho nên, nhân quả không trống trái với trạng thái vãng sinh. Vãng sinh mang tính chất trí tuệ, quyết định, dĩ nhiên chịu sự chi phối của nhân quả. Nếu nghiệp quá nặng thì những phương pháp hỗ trợ của chúng ta không hiệu quả (vì họ không nghe theo). Họ phải đi qua trạng thái của trung hữu và tìm con đường tái sinh. Dẫu sao, mình vẫn nên cố gắng giúp cho họ. Khi làm nên chú ý để tay xa xa một chút, vì đụng vào họ, họ sinh phiền não, nổi sân thì lại đi qua A tu la.

Tóm lại, cách dùng phép hỏa luân tam muội cần: 1/ tâm niệm về sức nóng; 2/ tâm niệm "Nam mô đại từ đại bi A Di Đà Phật, nguyện Phật lực từ bi tiếp dẫn, nguyện Phật lực từ bi tiếp dẫn tâm thức này. Nguyện Phật lực từ bi tiếp dẫn... (tên của người được hộ niệm), Pháp danh là... (tên của người được hộ niệm) vãng sinh Tây phương tịnh độ". Nói luôn ở trong tâm như vậy, vừa nói vừa di chuyển.

Còn một phương pháp đã được hai vị Hoà thượng[1] ở Việt Nam sử dụng. Hai vị căn dặn chúng đệ tử cố gắng sắp xếp cho các ngài nằm theo tư thế của đức Phật lúc Niết bàn. Đó cũng là một cách hay. Bởi, nếu nằm trong tư thế đó thì vô hình chung khí ở ống dẫn trung ương thoát ra ở đỉnh đầu nhanh nhất, rất thuận lợi cho việc thoát ở đỉnh đầu. Hồi xưa đức Phật lúc Niết bàn cũng nằm trong tư thế y như vậy.

---

[1] Hoà thượng Giác Ngộ ở Gia Lai và Hoà thượng Đổng Minh ở Nha Trang.

Ngài từ từ đi vào trong định và đi vào trong Niết bàn. Nhưng tại sao chúng ta không làm theo cách này? Vì nằm nghiêng sẽ bị mỏi, nằm ngửa thấy dễ chịu hơn. Đây là biểu hiện của phàm phu.

Có điều cần lưu ý: Thường khi chết, tay chân co rút, rất khó giữ được cho họ ở tư thế nằm nghiêng. Nếu như giữ được tư thế nằm nghiêng thì tốt với điều kiện họ đồng ý và họ phải có sự quyết tâm (có di chúc hay căn dặn). Nếu không, mình cứ đặt họ nằm nghiêng, tâm nổi nóng lên thì rất nguy hiểm. Lại càng hỏng chuyện.

4.2.2. *Phương pháp thứ hai* dùng cách cảnh tỉnh người mất. Sau khi chết chừng 3 ngày rưỡi, người mất ở trong trạng thái vô thức, không còn biết gì nữa. Sau đó, dần dần họ biết trở lại. Có người mơ hồ không biết mình đang là gì? đang ở đâu? đang như thế nào? Họ đã đi vào trung hữu rồi. Trong thời gian này, họ thường thấy những cảnh thiện, cảnh lành của bảy ngày sau khi chết. Lúc này, muốn cứu độ họ, chúng ta thường tụng kinh. Chỉ nương vào thần lực của kinh tạng, tụng kinh để hồi hướng.

Một ví dụ minh họa: Hồi đó, một cô bé người Quảng Ngãi muốn học giỏi, muốn thi đậu, nhưng lại lười, chỉ thích ngủ và không muốn thức khuya dạy sớm. Cô gặp vong thức của một anh lính đã chết trong chiến tranh ở Quảng Ngãi. Anh theo làm bạn, và cô cũng thích anh này. Anh này nói: có thể học thay cho. Cô đồng ý. Thế là, anh này bám theo. Anh này học thay bằng cách nào? Anh học bài (tâm của anh này học) và cô gái thì chơi. Khi lên trả bài thì anh này trả, và cô gái không biết gì hết. Cô học ngành kế toán. Khi ra trường, cô cũng xin được việc làm. Nhưng không biết làm sao, thỉnh thoảng cứ xoá dữ liệu, giống như một người không biết gì hết.

Có lúc thì biết rất rõ, có lúc thì chẳng biết gì, giống như hai người trong một cái xác vậy.

Người thân và đồng nghiệp để ý và phát hiện ra, họ dẫn tới nhờ thầy giúp. Biết giúp thế nào đây? Lúc bấy giờ, nhờ vào thần lực của Phật, Thầy đến trước tượng Quán Âm Bồ tát, chắp tay cầu nguyện: "Nam mô đại từ đại bi Quán Thế Âm Bồ Tát. Nguyện Bồ tát ban cho con một trong 32 ứng hoá thân của Ngài để con có thể tiếp xúc được với vong thức này, để con có thể chia sẻ, hướng dẫn, cứu độ vong thức này". Tập trung tư tưởng cao độ và thành tâm khấn nguyện chừng 3 phút. Lúc quay trở lại, tự nhiên cô quỳ, lạy "Con không dám nữa. Từ bây giờ con không dám nữa". Thầy nói: "Thôi, có chuyện gì thì nói đi". Cô ấy kể ra hết những chuyện xảy ra suốt trong 6 năm ròng.

Lúc ấy, Thầy nói: "Thôi! Đường ai người nấy đi. Không được như thế này nữa, chỉ thêm đoạ lạc". Sau đó, tâm thức đó khóc lóc, nài nỉ, nó nói "thương quá không thể đi được". Thầy nói: "Không được. Nếu muốn thì phải đi đầu thai, rồi kiếm cái thân khác mà thương nhau cho đàng hoàng. Hai cảnh giới thế này, làm sao có hạnh phúc được. Phải chia tay thôi. Phải đường ai nấy đi thôi". Nó ghét Thầy, nó nói: "Tu hành có biết yêu đâu mà biết khổ". Nó nói "nó không chịu chia tay", còn nói "nó là người theo Thiên Chúa giáo, làm sao mà đi theo Phật được". Nó nói "Thầy phải mời đức chúa Giê-Su tới thì nó mới chịu đi". Thầy dùng tâm tư và cầu nguyện lên Bồ tát Quán Thế Âm: "Nguyện 32 ứng hoá thân của Bồ Tát Quan Âm, cho con một thân đức Chúa Giê-Su để con có thể nói chuyện và hoá giải tâm thức này". Quả nhiên, quay trở lại thấy nó quỳ lên liền. Nó lạy, nói: "A men thánh thần! Từ nay con đi theo Chúa".

Câu chuyện này chứng minh một điều: tâm chúng ta tưởng nhớ tới Phật, thì chúng ta hoà nhập vào trong sự thánh thiện, sức gia trì màu nhiệm của Phật. Chúng ta dùng tâm đó để hộ niệm, để giáo hoá, để tụng Kinh, trì chú thì chắc chắn chúng ta sẽ chuyển hoá được người mất và hộ niệm cho họ được thành tựu.

5. Quá trình chết-các đại tan biến vào nhau

Phần này tìm hiểu 2 giai đoạn (2 mốc quan trọng) xảy ra lúc lâm chung, quyết định việc tái vãng sinh, giải thoát. Hai mốc quan trọng này có thể xảy ra trong một sát na (*Tu nhất kiếp, ngộ nhất thời*) hoặc kéo dài đến một ngày.

5.1. *Giai đoạn thứ nhất* các đại lần lượt tan biến vào nhau. Có sáu đại: địa, thủy, hoả, phong, không, thức (kiến đại sẽ tìm học trong *Kinh Thủ lăng nghiêm*). Trạng thái 6 đại hoà vào nhau như thế nào?

Thứ nhất: địa đại tan vào thủy đại. Những phần cứng như xương, tóc, răng trong thân thể con người đều lấy từ đất, có tính chất đất (biểu hiện địa đại tan rã: người tự nhiên ngã xuống. Khi đất rã vào nước, thì, sẽ cảm nhận thế giới chuyển sang màu vàng). Đây là một trạng thái hết sức đặc biệt, chỉ người chết mới thấy. Nhìn thấy được thì chết luôn, nên không thể kể lại được.

Người chưa thấy (màu vàng) mà chết, thì, đó chỉ là chết lâm sàng. Đó là trạng thái Dị thục thức chuyển. Mặc dầu khoa học đã từng thấy họ ngừng thở (thậm chí ngừng thở tới 5,7 ngày). Lúc đó, họ cảm nhận giống như đang chìm xuống nước, cả mặt đất này như bị lụt lội, sình lầy. Nó trồi lên và nhấn chìm người xuống. Lúc ấy, mọi sức lực trên cơ bắp không còn, đứng không được, tự ngã xuống. Cả thế giới biến sang màu vàng. Đó là trạng thái do địa đại rã. Nếu tu tập và quán chiếu, biết rõ đây là trạng thái biến hoá của tâm thì sẽ không lo lắng gì. Lúc đó, cứ quán chiếu tâm mình chính là màu vàng này, vì nó từ tâm mà biến hoá ra. Đây là cách để chặn đứng cái thế giới đối đãi nhị nguyên.

Với người hay ngồi thiền, khi ở trong trạng thái này, họ có cảm giác giống như đang động đất: mặt đất rung chuyển, giường ghế chuyển động rầm rầm. Nhưng thực ra, không hề có động đất. Tại sao vậy? Là do tứ đại va chạm trong quá trình dịch chuyển, lúc đó, do tâm thanh tịnh nên thấy được sự va chạm. Bình thường, do tâm phóng theo ngoại cảnh, nên không cảm nhận được sự va chạm của địa đại. Muốn chấm dứt nhanh chóng trạng thái này chỉ việc ngồi xếp bằng, để tay phải trong tư thế ngồi thiền, tay trái duỗi xuống đất (tay trái đặt ở phía trong đầu gối, duỗi ngón tay giữa xuống). Ngón tay giữa vừa chạm xuống đất, tự nhiên, địa đại đứng lại. Đây gọi là Ấn xúc địa.

Nếu như chứng được quả Sơ thiền, Nhị thiền, Tam thiền, Tứ thiền thì chúng ta thoát khỏi địa tai, phong tai, hỏa tai, thủy tai. Khi chứng được, tâm họ vượt thoát khỏi sự chi phối của địa đại. Nếu người nào thực tập được như vậy, thì khi chết cho dù thân rã, họ cũng sẽ không thấy bị chìm xuống.

Thứ hai: thủy đại tan vào hỏa đại. Khi thủy đại tan vào hỏa đại, sẽ thấy thế giới chuyển sang màu trắng. Hai thứ này tương khắc: chỉ cần lửa nóng lên thì nước mất đi. Trong tâm người này có cảm giác giống như đang bị chìm dưới nước, không thở được nữa. Lúc này, nhìn trên thân của người mất, thấy da khô đi một cách nhanh chóng, miệng khô, mắt khô không mở được nữa, và gày đi nhanh.

Trong trạng thái này, nếu người nào biết thiền định và tập trung tư tưởng, quán chiếu được vạn pháp không ngoài tâm, vượt qua khỏi trạng thái nhị nguyên. Thấy được điều này, tức là đã chứng được pháp thân. Phàm phu sống trong tâm chấp thủ, ái nhiễm, nên chưa có kiến thức này. Vậy nên, thường không chấp nhận: cứ loay hoay, thấy khô miệng thì lại muốn uống nước. Chúng ta cứ khát khao cái ngược lại: thấy chìm xuống dưới nước thì chúng ta lại muốn bơi lên, muốn trồi lên, nhưng không được. Cứ trôi theo tâm đó: kéo dài từ một sát na cho đến một ngày.

Thứ ba: hỏa đại tan trong phong đại. Bình thường không có gió, khi đốt lửa lên, thấy lửa tan vào gió. Tất cả chuyển sang màu đỏ. Thấy cả thế giới như bị cháy, lửa bốc ngùn ngụt. Những hiện tượng này không thể xâm hại được tâm của người chứng cảnh giới Sơ thiền, Nhị thiền, Tam thiền, Tứ thiền. Tất cả hơi ấm trong thân của tử hữu đều tan biến nhanh chóng. Họ có thể quán sát được kinh nghiệm, được các pháp do tâm tạo, do tâm hiện ra (*duy tâm sở hiện*). Trường hợp không biết quán (hoặc quán nhiều quá không nhớ nổi) thì chỉ có một cách duy nhất, đó là nhiếp tâm niệm Phật. Lúc đó sẽ đem tới kết quả an lành. Nếu biết cách quán thì chúng ta thường hay quán đối diện.

Tâm buồn là do niệm chấp trước nhiều đời, và con người thường sống với cảm thọ này. Sống với cảm thọ này, thì, sinh ra những cảm xúc vui buồn hỷ nộ; muốn vắng mặt cảm thọ này, thì, đi tìm ngoại cảnh. Với một người biết quán chiếu vạn pháp giai không, thì, họ thấy đây chỉ là một cảm thọ, bản chất của nó là vô thường, không thể đứng yên (vì không thể buồn mãi cũng không thể vui mãi). Thân này cuối cùng cũng hủy, thì, cái buồn vui kia làm sao tồn tại mãi được? Nhận ra được điều đó thì tâm trụ lại được.

Vạn pháp duy thức biến. Nhận ra được vạn pháp do tâm hiện ra thì người này cũng có cơ hội chứng được pháp thân. Hễ chứng được pháp thân thì tự nhiên thanh tịnh, không cần tu gì nhiều. Đây là giai đoạn quan trọng, giống như đi thi, học bao nhiêu năm nếu không khéo thì rớt.

Thứ tư: phong đại tan biến vào hư không (không đại). Chúng ta cảm nhận thấy một màu xanh lá cây bao trùm khắp vũ trụ này. Tự tâm cảm nhận có những ngọn gió khủng khiếp nổi lên. Gió thổi vào tâm, vào thân làm cho chúng ta không thở nổi, không chịu nổi (kinh điển dùng *ác phong* chỉ trạng thái gió thổi mạnh này). Ngọn gió này từ pháp thân hiện ra để chấm dứt sinh mạng của con người. Do nghiệp, nó đoản (tức chỉ sự chết) ngay chỗ đó, nên phải tái sinh kiếp khác.

Trong trạng thái gió thổi mạnh như vậy, chúng ta nghe thấy tiếng sấm rầm rầm ở trên trời. Tiếng sấm này không phải từ hư không dội xuống, mà từ trong tâm đi ra. Cho nên còn kinh hãi hơn từ bên ngoài đi vào. Tiếng sấm từ bên ngoài đi vào thì còn tìm đường trốn được, nhưng từ trong tâm đi ra thì trốn ở đâu. Có thể dập tắt được lửa bên ngoài, nhưng lửa trong tâm thì phải lấy lòng từ bi, hay còn gọi là nước tam muội của Bồ tát Quan Âm thì mới dẹp được.

Cảm nhận tiếng rầm rầm kia là do trong tâm hiện ra và họ có thể tỉnh giác được: vạn pháp đều do thức biến, trụ tâm vào hồng danh A Di Đà Phật và không cần quan tâm các thứ khác. Như thế cũng có cơ hội chứng được pháp thân.

Thứ năm: hư không tan vào trong thức đại. Ngược với hư là có. Cái không do thức tưởng tượng ra, đây là một dạng nhận thức. Gió nghiệp sẽ hoà tan vào trong ống dẫn trung tâm (là ống dẫn khí huyết đi thẳng từ đỉnh đầu xuống dưới xương cụt). Tất cả các khí, tay chân, mọi thứ đều rút về trong ống dẫn trung tâm này. Một khi đã rút vào ống dẫn trung tâm, thì dĩ nhiên, không còn tri giác nữa. Nhưng trong tâm thức, vẫn còn chấp ngã. Linh thức rất nhanh nhạy. Nếu đụng vào thân thể họ sẽ khiến họ nổi sân, bực bội. Một khi bực bội, sân giận nổi lên thì sẽ đi qua cảnh giới của ngã quỷ, của A tu la. Trong trạng thái này, tâm thức mất tri giác, nên họ thấy thế giới tối tăm mù mịt. Trong thế giới tối tăm mù mịt này, đừng sợ hãi, nên nhất tâm niệm A Di Đà.

Trường hợp không nhớ được chi tiết, chỉ cần ghi nhớ cần nhiếp tâm niệm Phật, không sinh tâm sợ hãi. Nếu giữ tâm mình như vậy, chỉ cần 10 niệm A Di Đà Phật là có thể vãng sinh ngay lập tức. Lúc đó, năm đại đều hoà tan và thức đại hiện ra, họ không còn biết gì nữa. Trong trạng thái này cũng có năm bước, có cơ hội chứng thánh, có cơ hội giác ngộ. Nếu không giác ngộ được thì sẽ đi qua giai đoạn thứ hai.

5.2. *Giai đoạn thứ hai*: bắt đầu từ việc tất cả các luồng khí tập trung từ ống dẫn trung tâm[1] chạy từ đỉnh đầu xuống tới xương cụt. Tại ống dẫn trung tâm có hai luồng khí chính; khí tụ về theo hướng: 1/ giọt khí trắng ở trên đỉnh đầu di chuyển xuống và 2/ giọt khí đỏ từ dưới luân xa hậu môn di chuyển lên.

Trạng thái[2] tối tăm này diễn ra trong thời gian ngắn, nó có thể diễn ra trong một sát na hoặc kéo dài nhiều nhất là trong một bữa ăn. Luồng khí này chính là tinh tuý của tinh cha huyết mẹ. Đó chính là hai chủng tử mà con người chúng ta nhận lấy để đầu thai. Thấy một điểm sáng tập trung giữa chặng chân mày, rồi di chuyển xuống. Mật tông gọi đây là "Bồ đề tâm tích cực", hay còn gọi "Phương tiện thiện xảo".

Nếu để ý, thấy giọt đỏ ở dưới cũng đi lên; nhưng, thường giọt trắng ở trên đi xuống trước (giọt trắng chính là

---

[1] Các dây thần kinh trung ương từ xương sống đó lan toả ra. Tất cả cảm xúc của con người cũng xuất phát từ đó. Tất cả tay chân cũng từ cột sống phát ra xung điện để vận động cơ bắp.
[2] Trạng thái khí dẫn đã tập trung về ống dẫn trung tâm: khí trắng từ đỉnh đầu đi xuống, khí đỏ ở dưới đi lên.

điểm trắng ở giữa chặng mày). Trong trạng thái đi xuống này, có một điều rất kỳ diệu, đó là tâm người chết cực kỳ hoan hỷ, tất cả mọi sân hận từ trước đến nay đều tan biến. Họ đang thở hấp hối, đến khi vừa tắt thở, chúng ta thấy điểm sáng di chuyển (biểu hiện: bắt đầu chau mày lại). Ánh sáng đó có một sức hấp dẫn, cuốn hút họ. Họ rất thích thú trong ánh sáng màu nhiệm này, mọi thứ xung quanh không làm ảnh hưởng đến họ nữa. Do vô minh, họ không biết ánh sáng đó là cái gì. Nếu biết được đây chính là ánh sáng từ pháp thân hộ mạng chiếu ra, thì, họ sẽ chứng được pháp thân. Hoặc là, nếu biết được đó là ánh sáng tự tâm trong pháp thân của mình lưu xuất ra, và nhất tâm niệm Nam mô A Di Đà Phật, lập tức sẽ được vãng sinh.

Quan sát, thấy được, nhận ra được bản chất của ánh sáng này, của giọt trắng này thì có thể đi vào cảnh giới Bất động địa của Bồ tát.

* Giọt đỏ từ xương cụt đi lên, hay gọi là khí tụ đan điền (khí màu đỏ từ đan điền đi lên). Một khi khí này đi lên thì, mọi cảnh ái dục đều không có sức hấp dẫn, quyến rũ nữa. Cái giọt đỏ, cái ánh sáng đỏ của khí này có sức hấp dẫn tới mức mọi thứ ham muốn khác đều không thể thay thế được. Một thứ ở trên đi xuống thì pháp lạc, trí lạc sinh ra. Một thứ từ dưới đi lên thì cũng sinh ra trí lạc. Rất kỳ diệu! Nếu biết đó là khí từ pháp thân đi ra, thì, người này cũng có khả năng giác ngộ được. Đây là điểm chúng ta quán chiếu được và có thể niệm Phật.

* Điều quan trọng hơn là hai giọt khí gặp nhau. Một thứ từ trên đỉnh đầu đi xuống, một thứ từ dưới đi lên, gặp nhau ở cửa ngõ của chúng ta, đó là trái tim. Trái tim là chỗ đầu tiên hình thành nên sự sống này. Khi hai khí đó hoà quện lại ở trái tim thì người này không thở được. Ở trạng thái này¹ nếu được hộ niệm tốt thì có thể đi luôn. Lúc đó, trí siêu lạc trong tâm hiện ra và thấy cả thế giới này sáng ngời- thế giới pháp thân. Thấy thế giới pháp thân màu nhiệm hiện ra, thì lập tức bỏ thân. Thường người chết thấy thế giới, thấy ánh sáng nhưng không biết nó là cái gì, nên, bị nghiệp lôi kéo trở lại.

Khi hai khí tụ lại, thì, chỉ có hai khả năng chi phối: 1/ thần lực của Phật và Bồ tát sẽ dẫn dắt; 2/ nghiệp lực dẫn dắt. Tất cả những thành tựu, tri thức có được trong cuộc sống con người, lúc này đều không còn giá trị, chỉ có thể nương vào thần lực của Phật. Cho nên, tâm của chúng ta nhất nhất quy ngưỡng vào Phật, niệm Phật thì sẽ được giải thoát. Nếu không thành tâm, không đủ sức nương, cứ loay hoay thì nghiệp sẽ dẫn đi. Một khi nghiệp dẫn thì chắc chắn sẽ tái sinh trong luân hồi.

Tái sinh vẫn còn chịu một đời sống sinh tử, chỉ có giải thoát mới hay thôi. Nhưng dẫu sao, tái sinh thì tự chủ, vẫn hơn là sinh ra trong trạng thái mê muội. Còn các vị Bồ tát ra đời bằng nguyện lực, bằng sức mạnh tâm nguyện. Đa phần chúng ta phải nương nhờ vào Phật lực. Nếu không nương được thì chịu chi phối của nghiệp lực. Chỉ có hai con đường đó thôi.

Tóm lại: Một khi thần lực của Phật không dẫn đi được thì, phải đi theo tiếng gọi của nghiệp lực. Mật tông và Duy thức tông chỉ ra con đường thần thức ra khỏi xác theo 2 cách khác nhau. Mật tông chia làm chín cửa, Duy thức tông thì theo hơi ấm mà suy luận. Chín cửa theo cách tính của Mật tông gồm:

1/ thần thức ra từ hậu môn thì đoạ vào địa ngục.

---

¹ Nếu thiếu sự hộ niệm, có khi vì một cái nghiệp dẫn hay là một sự chấp trước nào đó, có thể thở lại một chút.

2/ thần thức ra từ đường sinh dục thì đi vào cảnh giới của súc sinh, ngu si và dơ bẩn.

3/ thần thức đi ra từ miệng thì đi vào cảnh giới của ngạ quỷ.

4/ thần thức đi ra từ lỗ mũi thì đi vào cảnh giới của con người hoặc những cảnh giới ngang với con người.

5/ thần thức đi ra từ rốn, là cảnh giới của trời Lục dục thiên.

6/ thần thức đi ra từ lỗ tai, là cảnh giới của A tu la.

7/ thần thức đi ra từ giữa chặng chân mày, là cảnh giới của sắc. Nhà thiết kế, người làm phim, dựng phim, thì tư tưởng của họ thường tập trung ở giữa chân mày. Người này bỏ thân mạng sẽ lấy một thân khác, đó là thân sắc giới. Bởi vậy, những ai sử dụng tư tưởng hướng tới cái đẹp, cái thiện, điều an lành thì thường được phước sinh vào cõi trời, chư thiên sắc giới rất xinh đẹp, nó màu sắc, nhẹ nhàng, bay nhảy tự do. Nhưng không giải thoát.

8/ thần thức đi ra từ trán[1] thì đi vào cảnh giới của vô sắc.

9/ thần thức đi ra từ đỉnh đầu. Có người, có nơi cho rằng thần thức đi ra ở chỗ xoáy của tóc[2].

Điểm trên đỉnh đầu, còn có tên khác: cửa thanh tịnh, quốc độ vô lượng quang Amitaba, hay gọi là cảnh giới vãng sinh Tây phương tịnh độ. Nếu khai mở được điểm này tức là khai mở cửa Phạm Thiên, là vào cảnh giới thanh tịnh.

Theo Duy thức tông, hơi ấm tụ ở sáu chỗ.

Đỉnh sinh cõi Thánh mắt sinh trời

---

[1] Có người nói, nó ở phía trên chân mày chừng bốn đốt ngón tay. Tính từ giữa chặng mày lên chừng bốn đốt ngón tay, nhưng không nói rõ là ngón tay nào.

[2] Nhưng cũng có người không có xoáy, hoặc xoáy ngang trán, xoáy thượng đó; Có người xoáy ở dưới lỗ tai, xoáy ở lung tung, có rất nhiều loại.

> *Bụng nóng Ngạ quỷ tim nóng người*
> *Bàng sinh thần thức ra đầu gối*
> *Nóng ở bàn chân Địa ngục thôi.*

Nhiều Phật tử đã thuộc bài kệ này. Vậy, có mâu thuẫn với chín điểm của Mật tông hay không? Thực ra không có mâu thuẫn. Hơi ấm luôn tập trung về điểm đó; nhưng thần thức sẽ ra theo đúng chín điểm như Mật Tông chỉ ra. Hơi ấm tụ ở đâu chúng ta hoàn toàn có thể phán đoán được, nhưng thần thức ra từ chỗ nào (trong chín chỗ vừa nêu) thì cần phải biết rõ. Biết rõ thì mới có thể hướng dẫn và giúp đỡ cho người chết. Người làm việc ác, khi vừa tắt thở, thần thức ra khỏi xác ngay lập tức. Bởi do sức mạnh của nghiệp lôi kéo. Người làm việc cực ác, khi vừa tắt thở, tâm thức ra khỏi xác, nhận lấy một Thân trung ấm và đi thẳng vào trong địa ngục. Thời gian chỉ bằng một sát na (= 1/20 cái nháy mắt) đã thấy mình ở trong địa ngục rồi.

Với một người rành về phép quán, khi đi hộ niệm cho một người ác thì phải giúp họ như thế nào? Hoặc, trường hợp chết trước khi mình tới nơi (nên không kịp khai thị, không hộ niệm được, họ đã ra đi theo nghiệp) thì phải làm thế nào để cứu họ? Những lúc như vậy nên nhờ một người khác chở đi (không nên tự mình lái xe, dùng thời gian đi trên đường để quán tưởng). Trong thời gian được chở đi, dùng tâm lực của mình, tưởng ra trên bầu trời có một đức Phật và hào quang của Phật (tức là mình với đức Phật ở trên trời như hoà quyện vào làm một). Từ trái tim của Phật phóng ra một đoá sen tám cánh. Mỗi cánh chiếu một đạo hào quang xuống thân của người chết. Cảnh giới của tâm trùm khắp pháp giới. Chiếu xuống như vậy thì nghiệp của họ không thể đi ra khỏi chỗ đó. Thời gian ngồi trên xe tới khi đến chỗ họ đủ để mình hoá giải. Các vị cao tăng ngày xưa đều có thể thực hiện được theo cách này.

Một số vị như Miladopha hay các vị đại hành giả ngày xưa có những năng lực thật siêu việt. Ví dụ, thần thức của một vị cao tăng đi nhầm đường và đã được các ngài gọi lại: "Ô! Sai rồi! Sai rồi! Trở lại! Trở lại". Ông này thở trở lại (trước đó đã ngừng thở), hỏi: "Sai chỗ nào?", đáp: "Đi như vậy là sai, sẽ bị đọa lạc đó". Ông này nói: "Vậy thì cám ơn" rồi chết tiếp. Tức là, mặc dầu thần thức của vị này đã ra khỏi xác, tâm thức của họ có thể đã đi sai đường, người còn sống thấy vậy nên đã đánh thức và dắt họ quay trở lại được. Những vị này quả là đại thành tựu. Với phàm nhân chúng ta, điều này chỉ là lý thuyết, không thực hiện nổi. Chết là chết thật luôn, gọi lại cũng không được.

6. Thân sinh hữu

Cần sáng tỏ một số thuật ngữ: 1/ Thân tứ đại: từ này nhấn mạnh đến yếu tố vật chất tạo nên thân, không bao hàm yếu tố tinh thần. *Tứ đại*: bốn yếu tố lớn, chiếm hết cơ thể, đó là: địa, thủy, hỏa, phong; 2/ Thân ngũ uẩn: từ này nhấn mạnh đến yếu tố tinh thần của thân. *Uẩn*: tích tập chứa nhóm, chỉ cho sự chứa góp nhiều sự vật, tức nói về các pháp hữu vi. Chẳng hạn các sắc pháp như 5 căn, 5 cảnh…nhóm họp lại, gọi là sắc uẩn, tập hợp lại và phát sinh cái khác. Nó ngăn che, không cho ta giác ngộ chân lý tối thượng. Đây chính là *ngũ uẩn* hay còn gọi "ngũ ấm".

Hiện tại, có thân này đang sống. Lại có thân trước và thân sau (so với thân này). Thân trước gọi là thân tiền ấm. Sau khi chết, đầu thai thì có được một thân khác, đó là thân hậu ấm. Thân ở giữa là thân trung ấm. Thân trung ấm không cấu tạo từ vật chất, mà được kết thành từ nghiệp. Thân trung ấm có sức ngăn che, có sức chướng ngại; nhưng, xét về mặt vật chất, là một yếu tố cực vi. Cho nên, không vật nào có thể cản trở được nó: có thể di chuyển theo ý muốn một cách tự tại, có thể chui xuyên qua chất cứng như kim cương. Thân này có ưu thế giống như chư thiên trên cõi trời; có đầy đủ ngũ thông[1], không có túc mạng thông, tức là không biết kiếp trước và kiếp sau của nó. Ý muốn của thân không phải bằng trí tuệ, mà được tạo thành do thói quen của nghiệp.

Một người đang trong quá trình chết, xét về nghiệp thì gọi là Cận tử nghiệp. Xét riêng về cái chết, thì, tại sao có sống và có chết? bởi có đời sống chấp thủ, tức là có tôi, có anh, có ta, có người, Có ái, thì có thủ và kết thành hữu. Hữu là một dạng nghiệp. Từ cái hữu mới có sinh, lão, tử. Làm việc theo ý thức của mình, phục vụ cho ý thức của mình, đó gọi là ái. Nắm giữ, gọi là thủ. Chính cái đó tạo ra một khái niệm. Khái niệm đó là hữu, do chấp sinh ra. Từ đó tạo ra thế giới của vật chất, của hiện tượng. Nhưng nếu đem cái hữu này so với bản thể của các pháp thì: "không có gì cả". Không có ái thì không có thủ, không có thủ thì không có hữu. Không có hữu, thì cũng không có sinh, lão và tử. Cho nên, dùng **tử hữu** để mô tả trạng thái chết. Chết là một dạng chuyển về nghiệp (nghiệp chuyển từ chỗ này qua chỗ kia hoặc chuyển từ hình thức này sang hình thức khác). Khi thọ mạng con người dứt thì nghiệp đó, hữu đó chuyển. Đó gọi là tử hữu.

Bảy ngày sau khi chết nhìn thấy những vị thiện thần; 7 ngày tiếp sau nhìn thấy 58 vị ác thần. Tâm lý biến hóa vô cùng vô tận trong những ngày đó. Giai đoạn này gọi là Trung

---

[1] Ngũ thông: Phạm Pancabhijna, cũng gọi Ngũ thần thông. Chỉ cho 5 thứ năng lực siêu tự nhiên do tu 4 tĩnh lự căn bản mà được. *Thần* nghĩa là không thể nghĩ bàn. *Thông* nghĩa là tự do tự tại. Năm thần thông là: 1/ Thần cảnh trí chứng thông, 2/ Thiên nhãn trí chứng thông, 3/ Thiên nhĩ trí chứng thông, 4/ Tha tâm trí chứng thông và 5/Túc trụ tuỳ niệm trí chứng thông.

hữu. Tử hữu, trung hữu đều là nghiệp. Nhưng nói tới khả năng ngăn che, chướng ngại thì phải gọi là ấm. Nói đến ấm thì phải nói tới 49 ngày (hoặc lâu hơn), tức chỉ giai đoạn từ khi con người mới chết cho tới khi đầu thai. Đầu thai sớm hay muộn, phụ thuộc vào duyên[1]. Phật Đà dạy: *Chư pháp tùng duyên sinh, diệc phục tùng duyên diệt.*

Từ khi chết cho tới 14 ngày gọi là trung hữu[2]. Từ 14 ngày đến khi đầu thai (thời gian không cố định, thường là 5 thất, tức 35 ngày) là giai đoạn tái sinh. Duyên đủ thì tái sinh. Tóm lại, trạng thái vừa mới chết gọi là tử hữu; trong 14 ngày tiếp theo là trung hữu; sau 14 ngày là sinh hữu.

Giai đoạn trung hữu có chư Phật hiện tiền, nhưng do nghiệp lực chi phối nên không nhận ra Phật, lại cứ nghĩ đó là các ác thần. Chỉ cần hiểu đó chỉ là do nghiệp biến hóa, thì, tâm mình trở nên thanh tịnh, an lành và không sợ hãi nữa[3].

Từ ngày thứ 15 trở đi, bắt đầu tìm kiếm một sự tái sinh. Lúc này, tất cả cảnh giới của Phật không còn hiện ra nữa. Đây là một điều hết sức đáng tiếc. Lúc này, nếu có thấy, chỉ là cảnh giới của lục đạo luân hồi. Ở trong giai đoạn sinh hữu, nếu có đủ kiến thức có đủ nhận thức thì nên hiểu rằng mình đã bỏ lỡ mất cơ hội. Cho nên, nếu muốn tái sinh thì cần có sự tỉnh giác, có nhận thức, có ý thức rõ ràng để chọn một sự tái sinh sao cho thích đáng, đừng dại gì chui vào những cảnh giới không an lành để rồi lại chịu khổ trong đó.

---

[1] Một số sư Nam truyền nói: con người chết là tái sinh liền. Nói vậy không đúng.
[2] Đời sống trung hữu trải qua 2 thất. Thất đầu thấy sự biến hóa của vị thiện thần, nhất là chư Phật. Thất thứ hai là hiện thân của các vị ác thần. Ác thần không phải là ai xa lạ, chính do nghiệp lực của chúng ta tự hình dung ra.
[3] Ví như sóng lăn tăn làm cho gương mặt in hình dưới mặt nước bị đứt ra từng khúc. Sự thật, mặt mình không như vậy.

Khả năng và giới hạn hoạt động của sinh hữu là vô tận trong pháp giới, tức là không bị giới hạn về không gian địa lý (như giới hạn về khoảng cách không gian từ nhà tới chùa, hoặc, từ quốc gia này đến quốc gia khác), hoặc trong quả địa cầu này. Sinh hữu có bốn loại thần thông[1]: Thiên nhãn thông, Thiên nhĩ thông, Tha tâm thông và Thần túc thông.

Thiên nhãn thông: có đôi mắt nhìn xa khắp mọi nơi. Có tài liệu nói: phải ở gần mới đầu thai được. Thực ra, khái niệm **gần** cần phân biệt: 1/ Ở cõi thế gian, **gần** dùng chỉ khoảng cách ngắn về không gian; 2/ Với thân trung hữu, thì **gần** dùng để chỉ "nghiệp gần". Như vậy, đã là nghiệp gần thì, cho dù có ở bên kia quả địa cầu, sinh hữu vẫn tìm thấy cha mẹ mình. Chỉ cần cha mẹ tác hợp, có sự ân ái thì lúc đó nó chạy tới tái sinh. Vậy thôi. Tức là nó có thể tiếp cận một cách rất nhanh chóng. Nó nhìn vào tâm, và tâm thì đi theo nghiệp. Nghiệp ở đâu thì nó nhìn ra đó. Đơn giản là vậy.

Tha tâm thông: sinh hữu biết được người nào thương, người nào ghét nó. Ví dụ: có trường hợp khi chuẩn bị đầu thai, nó biết người mẹ sẽ có ý muốn bỏ đứa con này (tức sinh hữu), thì sinh hữu này báo mộng cho người mẹ, nó nói "đừng bỏ nó". Trên thực tế, có nhiều người đã được báo mộng như vậy. Đó là do có tha tâm thông, nên biết được người mẹ nghĩ gì. Thần túc thông: chỉ khả năng muốn đến thì có thể đến ngay lập tức.

Xét về mặt hình thức, sinh hữu có hai loại: một loại đẹp, một loại xấu. Thân sinh hữu xinh đẹp có phước hơn thân sinh hữu xấu xí. Khi thần thức bước sang giai đoạn sinh hữu (tức là sau khi chết 14 ngày), sáu nẻo luân hồi bắt đầu hiện ra liên

---

[1] **Sinh hữu** không có Túc mạng thông (tức khả năng biết rõ kiếp trước kiếp sau của nó).

tục trong tâm của nó, đều hiện ra dưới một dạng màu sắc, hình ảnh, âm thanh. Đây là điều cần ghi nhớ.

Sau khi nhận lấy thân trung ấm, nó đã có 5 giác quan (con người sau khi chui vào bụng mẹ, dần dần mới hình thành tứ chi), ý thức của nó được vận hành theo nghiệp, thân thể đầy đủ tứ chi. Sau 14 ngày, bắt đầu có sự chuyển biến để sinh hữu có thể phù hợp với cảnh giới mà nó tái sinh.

Trong giai đoạn sinh hữu, thân có sự chuyển dạng: chuyển sang dạng sinh hữu bốn chân, không chân, nhiều chân, hai chân, nhiều đầu, không đầu... Sắp đầu thai vào cảnh giới nào thì nghiệp của nó chuyển sang thân như vậy (sinh hữu hai chân không thể đầu thai vào con bò bốn chân được). Lúc đó, cảnh giới lục đạo luân hồi đang diễn ra liên tục. Trong giai đoạn này, vẫn có thể khai thị, nói rằng: "Nếu xảy ra như vậy, như vậy... thì không nên như vậy, như vậy".

Trên đường đi đầu thai, <u>sinh hữu trải qua bốn trạng thái</u> (trong đời sống con người bình thường chưa từng thấy): 1/ Sinh hữu bị cuốn vào trận bão hãi hùng; 2/ Có những ngọn gió cực kỳ mạnh thổi vào trong thân; 3/ Sinh hữu thấy cả bầu trời tối tăm, đen như mực; và 4/ Nghe thấy tiếng sấm sét nổ vang trời. Cũng có thể trong cảnh giới này vì quá sợ hãi nên tâm thần bấn loạn, khó nhớ được cái gì.

Vì sao có bốn trạng thái kinh nghiệm này? là do nghiệp từ tâm của sinh hữu hóa hiện ra, hoàn toàn không phải từ bên ngoài vào. Bão tố từ đâu mà ra? Từ lòng dục vọng: khát khao và ái dục (cơn ghen tuông đã tạo ra bão tố). Ngọn gió mạnh từ đâu thổi vào trong tâm? Vì sân hận đã tạo ra ngọn ác phong (ngọn lửa sân cháy phừng lên các cõi). Do đâu mà thấy bầu trời tối tăm? do vô minh nên thần thức đi vào chỗ đen tối. Tại sao nghe thấy tiếng nổ vang trời? là do tâm điên đảo, cuồng loạn, sợ hãi, nên mới nghe thấy vậy. Nếu hàng ngày, tâm bị cuốn theo bởi ngọn gió của ái dục, bởi sân hận, bởi ngu si và bởi sự điên đảo, thì nghiệp báo chiêu cảm mới thấy hiện ra cảnh như vậy. Thực ra, bản chất của nó không có gì. Nhìn nhận sâu như vậy, thì, tự nhiên sẽ được giải thoát khỏi ảnh hưởng của nó. Thường, nếu gặp phải cảnh đó thì, rất khó đầu thai vào cảnh giới an lành, hoặc là, cũng khó thành tựu được sự giác ngộ nào.

<u>Sinh hữu có ba kinh nghiệm</u>: 1/ Trong đời sống của ngũ uẩn (trước đó), sinh hữu luôn làm điều lành, điều tốt cho mọi người; muốn mọi người không còn tham, sân, si nữa; luôn nói lời hòa ái; thân tướng ngay ngắn, trang nghiêm, ăn mặc xinh đẹp; luôn giúp người và luôn làm theo mười điều thiện. Họ thích như vậy, thì có chiều dẫn tới cõi trời để tái sinh. Và rồi, sinh hữu này nhìn thấy cõi trời đẹp, nhìn thấy nhà cửa lầu các đẹp; 2/ Trong đời họ, có khi làm việc lành, có khi làm việc xấu, có khi làm việc thiện, có khi làm việc ác, thiện ác lẫn lộn. Trong tâm của sinh hữu sẽ thấy: nhà cửa lợp bằng tranh, lợp bằng lá, hoặc bằng những bó lúa; 3/ Nếu, sinh hữu trong giai đoạn đi đầu thai mang theo nghiệp ác, thì họ thấy những cây cối rất to, rừng rậm, vách đá, hang đá, núi đá lởm chởm và nó cứ muốn chui vào đó. Những cảnh như vậy diễn ra thì biết sẽ dẫn sinh hữu đọa theo những cảnh giới xấu ác (Nếu thấy toàn cảnh đẹp, nhà cửa, lầu các trang nghiêm, thì biết người này có phước lành). Biết được điều này, thì, khi mang thân sinh hữu, mình không đi theo cảnh đó (mình có thể tự kiềm chế được).

Trên đây là ba kinh nghiệm lớn do 3 nghiệp: tham, sân, si biến hóa; dẫn đến các việc làm thiện, ác và nửa thiện, nửa ác. Từ cảnh giới này, sinh hữu bắt đầu chiêu cảm những cảnh giới của lục đạo luân hồi. Một khi đã chiêu cảm vào cảnh giới đó, thì chắc chắn, chỉ có bốn loài để tái sinh: thai sinh, noãn sinh, thấp sinh và hóa sinh.

Loài thai sinh gồm: người, lục súc, dã thú. Noãn sinh: sinh ra từ trứng. Thấp sinh: những loài do ẩm thấp, do hơi ấm sinh ra, như đom đóm. Hóa sinh: như chư Thiên. Còn có loài hóa lạc thiên, hoặc là, Tha hóa tự tại (cũng là chư Thiên, nhưng chuyên đi ăn cướp. Nhờ có phước, có thần thông đã bắt người ta về phục vụ cho mình). Những loài thai sinh, noãn sinh đến với cảnh giới đầu thai bằng dục và tâm điên đảo. Còn loài hóa sinh, thấp sinh thì đầu thai bằng mùi hương.

Bằng sự quyến rũ, hấp dẫn của luồng ánh sáng nghiệp lực, sinh hữu trải qua một kinh nghiệm đầu thai. Sự hấp dẫn quyến rũ này, sinh hữu rất khó cưỡng chế lại. Đó là một số điểm cần lưu ý trước khi đi vào nội dung quan trọng.

Kinh Đại bảo tích ghi về những hối hận của vua A Xà Thế. Tại sao A Xà Thế hối hận? Một vị vua hung bạo, giam hãm vua cha cho đến chết và đã sinh lòng hối hận. Khi nghe tiếng khóc của con mình, do vẫn còn thiện căn, ông ta nghĩ: không biết cha mình có thương mình giống như vậy không? Chúng ta thấy, ở đây, trí tuệ hiểu biết phát sinh trên nền tảng của từ bi. Lòng từ bi cho ta một sự bình an; và nhờ bình an, tâm trí mới đủ sức nhận ra điều chính tà, điều phải trái. A Xà Thế tự thân nhận lấy một cái nghiệp: nghiệp giết cha của mình.

Trước khi A Xà Thế đầu thai trở thành Vị sinh oán[1], ông là tiên nhân ở trong rừng. Vua Tần Bà Sa La và Hoàng hậu Vi Đề Hy vì lòng tham đắm ái dục, ích kỷ muốn sớm có con, nên đã mật ý cho quần thần đến ép tiên nhân phải tự sát (để tiên nhân đầu thai làm con của mình). Tiên nhân có lời nguyện rằng, sau khi mãn xác này, tôi sẽ đầu thai làm con của ngài. Ta thấy: khi bị đắm say, ngu si trong ái dục sẽ tạo nghiệp thật khủng khiếp. Gieo nhân, gieo quả, giết qua giết lại như vậy

---

[1] Vị sinh oán: nghĩa "kết oán từ khi chưa sinh ra". Dịch nghĩa tên vua A Xà Thế.

đấy. Trong nhân quả: nghiệp nhân, nghiệp quả cứ chất chồng lên nhau. Chỉ khi nào tu chứng, hoặc tự thân phát nguyện thì mới chấm dứt. Ở đây cũng vậy, A Xà Thế đã đòi trả lại cái nghiệp mà trước đây vua cha đã gây ra cho mình. Lòng từ bi đã giúp ông sáng suốt thấy rõ: ông phải nhận quả báo đoạ địa ngục. Ông đã đến diện kiến Phật. Đức Phật giảng cho ông một bài pháp, nhưng ông không tin hẳn. Sau đó, đức Phật dùng thần lực khiến cho A Xà Thế thấy được cảnh giới của địa ngục. Khi A Xà Thế vừa thấy cảnh giới địa ngục, thì, yêu quỷ hiện ra liền. Yêu quái nói: "A Xà Thế! Ngươi đã giết cha. Ngươi phải chịu quả báo vô lượng trong địa ngục A Tỳ". Lúc đó, tâm thức của ông mê mẩn, điên loạn, mắt nhắm nghiền, nằm lăn xuống đất, cầu xin Phật: "Thế Tôn! Cứu con! Phật ơi! Cứu con!" Sau khi thu lại thần lực, Phật hỏi: "A Xà Thế đã thấy rõ cảnh trong địa ngục chưa?" Ông nói: "Quả nhiên đúng. Không thể nào mô tả được những cảnh đau khổ trong địa ngục A Tỳ. Trong cung vua, những tù nhân chịu cảnh tra tấn đánh đập dù có khổ đau thế nào cũng không thể sánh được cái mà con thấy trong địa ngục. Bạch đức Thế Tôn! Cho con được quy y Phật! Quy y Pháp! Quy y Tăng! Con nguyện trở thành một đệ tử chân chính của Phật". Sau đó, ông phát nguyện tinh tấn hành trì tu tập.

7. Hiện tướng tái sinh

Tất cả những chuyện tái sinh, những lời Phật nói, những cảnh trong sáu nẻo luân hồi, con người tái sinh ra sao, thấy cái gì, hiện tướng thế nào... thảy đều ghi rõ trong *Kinh Đại bảo tích*.

7.1. Hiện tướng tốt báo hiệu sinh hữu đi về cõi trời: 1/ Khởi tâm lân mẫn: tâm gần gũi, an nhiên với lòng từ bi nhẹ nhàng; 2/ Phát khởi thiện tâm; 3/ Khởi tâm hoan hỷ; 4/ Chính niệm hiện tiền; 5/ Thân không có mùi hôi tanh; 6/ Sống mũi không siêu vẹo; 7/ Tâm không phẫn nộ; 8/ Tâm không lưu luyến vợ, con, tài bảo, quyến thuộc; 9/ Mắt hiện ra sắc thanh tịnh và 10/ Ngửa mặt cười, tưởng đến cung trời đến rước đi.

Khi học kinh Thầy mới biết: chúng sinh theo tôn giáo nào, đó chỉ là về mặt danh nghĩa, điều quan trọng là nghiệp. Xuất gia, sống trong chùa nhưng không làm việc tốt thì vẫn đọa lạc như thường. Nghiệp của chúng sinh tạo ra như thế nào thì sẽ dẫn tới cảnh giới đó. Lấy ví dụ trường hợp một ông chú tu theo đạo Cao Đài. Giáo lý của đạo Cao Đài rất chú trọng về tứ ân[1], về hiếu đễ, về lòng nghĩa nhân. Thầy thấy rõ, cuối đời, ông chú này cũng hiện rõ được mười hiện tướng tốt. Trước mấy ngày, ông nói: tới ngày đó, các ngài trên trời sẽ đến rước ông, và ông đi từ biệt mọi người trong xóm. Và rồi, giữa trưa, sau khi ăn một chén cháo, ông ngồi chết một cách rất tự tại. Mặc dầu không theo đạo Phật, nhưng công đức hành thiện trong suốt cuộc đời đã huân tập vào trong tâm ông, nên ông đã đi vào cảnh giới như vậy.

Có thể nói: nghiệp chiêu cảm rất rõ. Nhìn chú Tâm Đức, Thầy thấy rất rõ ở chú hiện ra đủ mười hiện tướng tốt: Tâm chú rất thoải mái. Chú phát khởi thiện tâm rất rõ: trước khi chết, mặc dù sức yếu không đi nổi, nhưng chú vẫn muốn đem tiền về cúng dường cho Thầy. Chú khởi tâm hoan hỷ, chính niệm hiện tiền. Đặc biệt, khi mất không có mùi hôi. Mũi của chú thẳng, không bị vẹo sang một bên. Tâm chú không phẫn nộ. Đối với gia đình, con cái gần như chú không còn lưu luyến gì. Mắt chú hiện ra sắc rất thanh tịnh... Tướng của chú không phải là tướng vui cười, chú có tướng cung kính. Trước

---

[1] Theo *Phật quang đại từ điển*, Tứ ân có thể hiểu theo 4 cách: 1/ Ân cha, ân mẹ, ân Như Lai và ân Pháp sư nói pháp; 2/ Ân cha mẹ, ân chúng sinh, ân quốc vương, ân Tam bảo; 3/ Ân sư trưởng, ân cha mẹ, ân quốc vương, ân thí chủ và 4/ Ân thiên hạ, ân quốc vương, ân sư tôn và ân cha mẹ.

khi xả bỏ thân, chú đã chắp tay. Chắc chắn lúc đó chú thấy Phật (nên đã dùng sức tàn đó để cố chắp tay). Vừa chắp tay xong, đuối sức, chú thả luôn ra.

Học câu kinh này rồi, chiêm nghiệm với sự việc diễn ra, có thể đoán được người này, nếu không được vãng sinh thì cũng ở trên cõi trời sung sướng.

Sau khi chết 14 ngày, đi vào trạng thái thân sinh hữu, thấy ánh sáng màu trắng đục và có cảm giác như đi vào cung điện rộng lớn, trang nghiêm, cực kỳ nguy nga tráng lệ. Nếu sinh hữu đi vào trong ánh sáng đó, nhìn thấy cả bầu trời màu vàng hoàng kim, thì, sinh hữu này sẽ thọ thai ở cảnh giới của tầng trời cõi dục. Nếu không gian là màu trắng láng, thì, sinh hữu này đi vào cảnh giới của cõi trời Sắc giới. Cao hơn nữa, đi vào cõi trời Vô sắc giới, thì, không đi qua trung ấm thân. Vừa chết xong, sinh liền.

Khi thọ lấy một Thân trung ấm, sinh hữu này có cái đầu cứ đi lên dần dần.

7.2. Hiện tướng báo hiệu sinh hữu đi về cảnh giới của cõi người: 1/ Tâm thường nghĩ tới điều thiện. Tâm nhu nhuyến: tâm nhẹ nhàng, chấp nhận, tâm nghĩ tới phước đức, tâm hân hoan, tâm phát khởi điều lành và không sầu muộn; 2/ Không thấy mình đau khổ; 3/ Ít nói lời nhảm nhí, tức là ít nói mê loạn, nói sàm (đa số những người gần chết thường hay nói tầm bậy); 4/ Khởi tâm nhớ cha, nhớ mẹ; thương xót vợ chồng, con cái và gia đình. Đó là biểu hiện tái sinh vào cõi người; 5/ Tâm không tán loạn bởi điều thiện, điều ác; 6/ Tâm chính trực không xiểm khúc; 7/ Biết rõ mọi người đang hộ niệm cho mình; 8/ Thấy điều chân lý, tâm khởi ý khen ngợi, vui vẻ; 9/ Có di chúc rõ ràng; và 10/ Khởi tâm thanh tịnh đối với Phật, Pháp, Tăng. Đối với Tam bảo thì khởi niệm quy y Phật, quy y Pháp, quy y

Tăng. Đây là những biểu hiện mà thiên chúng, chúng sinh này đầu thai trở lại làm người.

Khi thọ lấy một Thân trung ấm, sinh hữu này có hai chân và đi ngang. Da màu vàng hoàng kim. Họ thích ánh sáng màu xanh dương. 1/ Nếu sinh hữu nhìn thấy và thích thú với cảnh nam nữ thật đẹp, có đôi có cặp đứng bên hồ nước vui chơi thoải mái, thì, sinh hữu này sẽ tới đầu thai vào cảnh đó. Nếu đắm ở chỗ đó một chút, thì sẽ trở thành chúng sinh cõi Đông Thắng Thần Châu[1]. Tại Đông Thắng Thân châu không có Phật pháp[2]. 2/ Nếu nhìn thấy bầy ngựa đứng ăn cỏ bên hồ nước, thì biết được sinh hữu này sắp đầu thai vào Tây Ngưu Hoá châu[3]. Cõi này cũng không có Phật pháp. 3/ Nếu thấy cảnh đẹp, vườn, hoa, trái xung quanh một cái hồ không có người, thì biết được sinh hữu này sắp đầu thai vào Bắc Câu Lư châu[4]. Ba cõi này đều thấy một hồ nước, đều có đầy đủ phước báu giàu sang, tuổi thọ rất lâu, nhưng đều không có Phật pháp. Đó là một điều nguy hiểm. 4/ Nếu chỉ thấy toàn nhà đẹp, không thấy hồ, thì biết được sinh hữu này đang đi vào cảnh giới của Nam Thiện Bộ châu. Đây là cảnh giới của con người chúng ta. Chỉ có cảnh giới này mới có Phật pháp.

---

[1] Đông Thắng Thân châu: một trong bốn đại châu; ở trong biển Hàm Hải, về phía đông núi Tu Di. Hình thế châu này rất đẹp.

[2] Ngày xưa, Phật cũng dùng thần lực đến giảng pháp tại cõi này nhưng chúng sinh không nghe. Nó nói: "Cái gì là khổ? Cái gì là vô thường?" Nó còn nói: "Ông Sa môn Cù Đàm nói chuyện vớ vẩn". Giảng thế nào cũng không được. Cho nên Phật xem cõi đó là bị nạn.

[3] Tây Cù Đà ni, còn gọi Tây Cù da ni, Tây cù già ni: tên một châu lục lớn ở Tây Thiên. Cù Đà ni dịch là Ngưu hóa, do phong tục ở đây dùng trâu làm tiền tệ để trao đổi. Châu này nằm ở phía tây núi Tu Di.

[4] Bắc Câu Lư châu: một trong bốn châu được nói tới trong kinh Phật, ở phía bắc núi Tu Di. Nhân dân ở châu này bình đẳng an lạc, thọ đủ một ngàn tuổi. Châu này hình vuông. Trước kia gọi là Uất Đan Việt.

Cho nên, nếu lỡ tái sinh thì nên chọn cõi Nam Thiện Bộ Châu may ra mới gặp được Phật pháp. Ba cõi kia hưởng chút phước báo rồi là hết. Nếu không muốn 4 cảnh giới này thì trong tâm cần nhiếp niệm thanh tịnh về Phật A Di Đà thôi. May ra, lúc đó có thể vãng sinh về đó.

7.3. Hiện tướng báo hiệu sinh hữu đi về cảnh giới của A tu la. Kinh điển nguyên thủy không ghi chép, nhưng Phật nói có cảnh giới đó. Ban ngày vui chơi lưng chừng hư không, tối xuống đáy đại dương ngủ, cho nên không biết nó ở chỗ nào. Những loài chư thiên hết phước rơi xuống làm A tu la. Có người tu hành tinh tấn, nhưng lại nổi sân và chết trong trạng thái đó. Nhờ cái phước tu hành có thần lực nên sinh vào cảnh A tu la. Cũng có loài ngạ quỷ đi ra A tu la. Tóm lại, không có một chỗ cư ngụ rõ ràng, nên không xếp thành một cõi được, chỉ gọi là cảnh giới A tu la. Giống như không có cõi Niết bàn, bởi vì bản thân nó trùm khắp pháp giới. Phải nói là cảnh giới Niết bàn[1].

Trong cảnh giới này, sinh hữu cũng có phước tương đương với phước của sinh hữu cõi trời: có mười hiện tướng giống như hiện tướng của sinh hữu đi vào cõi trời (do sân, nên chỉ còn chín hiện tướng). Do sân, nên đi vào cảnh giới của A tu la. A tu la đi theo cảnh giới màu đỏ. Sinh hữu nhìn thấy vườn trái cây tươi tốt và như có một bánh xe lửa quay tròn xung quanh. Đó là biểu hiện của sân A tu la. Khi đi đầu thai cũng giống như chư thiên cõi dục vậy. Vì cảnh giới của nó thì, dưới cõi Tứ Thiên Vương là cảnh giới của A tu la, nên phước của nó cũng gần bằng nhau.

---

[1] Cảnh giới này chỉ có người nào thấu hiểu suốt trong tâm, tâm an lành và nhận ra sự tĩnh lặng trong đó, nhìn vào đó mà thành tựu, gọi là cảnh giới Niết bàn.

7.4. Hiện tướng báo hiệu sinh hữu đi về cảnh giới của súc sinh: 1/ Ái nhiễm chồng (/vợ) con, không muốn xa nhau. Thậm chí còn nắm tay, hẹn kiếp sau gặp lại nhau. Sinh hữu này bị đắm trong dục. Khi đắm trong dục thì, họ thường hay phỉ báng Phật pháp. Bởi Phật pháp hướng tới việc trừ dục, họ thường nghĩ những người đi chùa là xấu xa; 2/ Tay chân co quắp lại, một bên thân ướt đẫm mồ hôi, một bên thân khô; 3/ Cố phát ra tiếng nói khô rít[1]; 4/ Miệng thường có đờm; 5/ Thân đen như màu khói; 6/ Cũng đi ngang như con người; 7/ Đi theo ánh sáng màu xanh lá cây; 8/ Cảm giác như đi ngang qua một hang động. Đây là biểu hiện đầu thai vào cõi súc sinh, hay là cõi bàng sinh (có xương sống nằm ngang).

7.5. Hiện tướng báo hiệu sinh hữu đọa vào cảnh giới của ngã quỷ. Nói đến ngã quỷ là nói đến sự tham lam và bủn xỉn, vậy miệng của họ, hiện tướng của họ như thế nào? Khi lâm chung, thường xảy ra tám hiện tướng:

1/ Liếm môi. Lúc gần chết họ đòi ăn, liếm môi, thân nóng như lửa. Họ đói khát, thích nói về chuyện ăn uống (Người xuất gia cũng bị. Thậm chí có thầy trước khi chết cứ đòi ăn mặn). Ở đây cần phân biệt 2 trường hợp: a/ Do mắc bệnh về đường tiêu hóa không ăn được, bị đói nhiều ngày, nên thèm ăn và cứ nói chuyện ăn uống. Đây không phải là mắc nghiệp ăn để bị rơi vào cõi ngã quỷ; b/ Đường tiêu hóa tốt, ăn vào vẫn tiêu hoá bình thường. Lúc Cận tử nghiệp vẫn cứ thèm ăn. Đây mới chính là hiện tướng đi vào cõi của ngã quỷ.

2/ Nói chuyện ăn uống, đói khát, miệng há ra không ngậm lại được. Lưu ý: trường hợp một số người lúc hấp hối, đặt ống thở vào trong cổ họng thì lại khác. Khi chết, rút ống

---

[1] Hồi xưa Thầy đã hộ niệm cho một ông suốt đời giết lợn. Lúc gần chết, tiếng của ông giống y như tiếng kêu của con lợn bị chọc tiết. Tiếng kêu khô rít trong cổ.

thở ra, miệng chưa ngậm ngay được. Đó là chuyện bình thường. Niệm Phật một lát miệng khép lại. Tuy nhiên, thấy miệng há ra, lại cố bịt miệng hoặc vuốt mặt sao cho ngậm lại để khỏi đi vào cảnh ngã quỷ? Điều này sai. Thực ra, cố bịt cho miệng khép lại, thì sau đó cũng sẽ lại mở ra. Cho dù có cố gắng cho nó khép lại thì sau đó nó vẫn mở ra. Nghiệp nó hiện ra rất đúng.

3/ Hai mắt khô cằn như mắt chim Khổng Tước, hay như chim công, mắt thì trông mong chuyện ăn uống.

4/ Không thể đại tiểu tiện được.

5/ Lúc lâm chung, đau đớn quần quại. Là do tâm tham tích chứa trong ruột. Ăn không được thì nổi sân, nên nóng như lửa.

6/ Miệng thì chỉ nói những chuyện ăn, uống, đói khát.

7/ Đầu gối, chân, mặt lạnh trước. Đi hộ niệm phải để ý mấy điểm này. Khi mới chết, toàn thân của họ nóng, thỉnh thoảng phải để tay kiểm tra xem chỗ nào lạnh trước. Nếu đầu gối lạnh trước là đi vào cảnh giới ngã quỷ.

8/ Tay mặt nắm chặt lại (hiện tướng của tâm bủn xỉn).

Sinh hữu đi ngang như con người, thân màu nước. Loài này đi theo ánh sáng màu vàng lục. Có cảm giác như muốn chui vào một đống gỗ cháy đen thui. Hoặc là, họ nhìn thấy thân cây, rừng cây nhưng không cây nào có ngọn, vật thể thì chĩa lên cao, sắc bén. Thấy hang động tối tăm. Đây là hiện tướng sinh hữu đầu thai vào trong cõi ngã quỷ. Thường, ngã quỷ có tuổi thọ 1000 năm. Cả ngàn năm chịu đói khát.

7.6. Hiện tướng báo hiệu sinh hữu đi về cảnh giới của địa ngục, có 15 biểu hiện: 1/ nhìn mặt vợ (/chồng) con, quyến thuộc với một ánh mắt căm ghét, oán hận, hung ác; 2/ hai tay quơ quơ trên hư không và xua tay chết; 3/ gạt bỏ, không nghe bất kể lời khuyên nhủ nào; 4/ họ buồn tủi, khóc lóc, kêu la; 5/ không tự chủ trong đại, tiểu tiện; 6/ không mở mắt ra được; 7/ họ thường che giấu cái đầu của họ. Lúc gần chết họ sợ, lấy miếng vải hoặc khăn che đầu lại. Làm như thế, họ cảm thấy yên tâm hơn. Không biết họ sợ gì; 8/ lúc lâm chung nếu ăn, thì họ nằm nghiêng để ăn (không nằm ngửa được vì sợ người ta trông thấy); 9/ thân và miệng cực kỳ hôi thối; 10/ đầu gối không cử động được; 11/ sống mũi bị vẹo sang một bên; 12/ mắt trái liên tục cử động, liên tục nhắm lại, cứ giật giật mắt trái; 13/ hai mắt đỏ ngầu (không kể trường hợp mắt đỏ do bị xuất huyết); 14/ đôi khi họ nằm sấp, họ chỉ muốn nằm sấp và 15/ thân hình co quắp, nằm nghiêng bên trái.

Nếu sinh hữu nào có đủ 15 hiện tướng này thì chắc chắn bị đoạ địa ngục A tỳ. Nếu thiếu một trong 15 hiện tướng này thì đoạ vào 16 địa ngục.

Mười sáu địa ngục này chia hai loại: a/ tám địa ngục lạnh, b/ tám địa ngục nóng. Hễ cảm giác trong người quá nóng, muốn lạnh một chút cho dễ chịu, thì, chúng sinh này đi vào cảnh giới hàn băng. Ngược lại thấy lạnh quá, trong người muốn có một chút hơi ấm cho dễ chịu, thì, đi vào địa ngục hỏa nhiệt để chịu quả báo. Hiện tướng của sinh hữu đi vào trong địa ngục là: khi đi, đầu chúi xuống. Đó là tướng trạng đoạ đày, sụp đổ.

Thân tướng như màu khói, màu nước, giống như cây củi bị cháy đen thui vậy. Sinh hữu đi theo ánh sáng màu đen như khói, có cảm giác như đang đi vào trong một ngôi nhà màu đen pha đỏ. Sinh hữu đi vào một đường hầm, cứ nghĩ: qua một đoạn đường hầm này sẽ tới chỗ có những tiếng của người nam người nữ với giọng ca, tiếng gọi nhau ai oán.

Hoặc nhìn thấy mồ mả, đường xá. Mọi thứ đều màu đen. Đây là cảnh giới sinh hữu đi dần vào tái sinh trong địa ngục.

Như vậy, để biết được hành nghiệp và cảnh giới mà sinh hữu sẽ đi vào, bên cạnh việc dựa vào điểm hơi ấm tụ lại cuối cùng nơi thân (theo nguyên lý *Đỉnh sinh cõi thánh mắt sinh trời*...), còn có thể thông qua hiện tướng của họ khi mất (như những nội dung đã dạy trong bản *Kinh Đại bảo tích*)

Nếu bỏ lỡ cơ hội trong 14 ngày đầu, thì 14 ngày sau sẽ dẫn họ đi dần dần tới cõi tái sinh. Có một đặc điểm, sinh hữu ở cõi cao hơn có thể nhìn thấy sinh hữu cõi thấp hơn. Ngược lại, sinh hữu ở cõi thấp hơn không thể nhìn thấy sinh hữu ở cõi cao hơn. Hiểu những cấu trúc này, nếu muốn khai thị, phải căn dặn người thân:

> *À, thấy cái đó cái đó là như vậy. Chẳng hạn như thấy da mình màu khói thì coi chừng, phải bỏ đi; Hoặc thấy da mình màu đen, đó là chuẩn bị địa ngục đó; Hãy kiềm chế thân mình, đừng yêu thích tiếng hát ai oán kia, đừng có chui vào trong hang động đó. Đó là đi vào địa ngục, đừng có đi nữa, hãy quay lại. Còn không thì ngồi im xuống, tưởng nhớ tới Phật A Di Đà. Niệm Phật A Di Đà.*

Phật A Di Đà phóng quang chiếu diệu trong mười phương ba đời không giới hạn không gian, không ngừng nghỉ ngày nào. Nhưng do tâm chúng ta, nên không nhận được ánh sáng của Ngài. Chỉ cần tâm của sinh hữu nhớ tưởng tới Phật A Di Đà thì lập tức cảnh giới hoa sen sẽ hiện ngay ra. Lúc đó sẽ đi vào trong cảnh giới hoa sen.

Dĩ nhiên do nhân quả tạo ra trong đời, thân sinh hữu đi vào hoa sen phải tu hành để trả quả và vẫn có thể đắc đạo. Nhân quả không bao giờ từ được, sẽ phải trả trước khi thành

Phật. Nhưng cái trả của trạng thái giác ngộ khác với cái trả của trạng thái chấp trước như chúng ta.

Những tri thức này thật sự cần thiết. Chúng ta chiêm nghiệm, ghi nhớ và khi cần có thể dùng cho bản thân mình, hoặc hướng dẫn cho người thân, chí ít, có thể hộ niệm cho người lâm chung hoặc khai thị cho người đã mất. Thầy vẫn khuyên rằng, chúng ta nên quán chiếu để nhớ trong tâm và biết rõ cho bản thân của mình. Đó là điều quan trọng nhất.

8. Quá trình tái sinh

8.1. Cảnh giới con người

Khi thân mạng vừa chấm dứt, thì chuyển sang một trạng thái ở giữa. Trạng thái này chưa phân định về hướng nào, nên gọi là Trung hữu. Bắt đầu ngày thứ 15 sau khi chết, tâm thức bắt đầu đi tìm kiếm sự tái sinh, được gọi là sinh hữu. Năng lực của nghiệp được huân tập trong nhiều đời, nhiều kiếp sẽ hướng sinh hữu thích điều gì. Tùy theo nghiệp của từng sinh hữu, thời gian đi đầu thai sẽ khác nhau: có thể đi đầu thai ngay, nhưng cũng có khi cả triệu năm không đầu thai được, vì: chưa đủ duyên.

Vậy, duyên nào dẫn sinh hữu đi đầu thai? Có ba duyên thuận và ba duyên nghịch. Nhất định phải đủ ba duyên thuận và vắng mặt ba duyên nghịch thì mới đầu thai được. Ba duyên thuận, gồm: 1/ *Kinh Phật thuyết bào thai* ghi: người mẹ phải khỏe mạnh, không bệnh tật; đặc biệt, không trong thời kỳ kinh nguyệt; 2/ thân sinh hữu thấy được mùi dục (của cha mẹ). Mùi dục này rất lạ, không giống như mùi thức ăn, là mùi của một loại nghiệp. Nó thấy được mùi này cũng nhờ vào nghiệp. Thân trung ấm có thể không ở gần về mặt không gian, nhưng gần về mặt nghiệp. Ví dụ: sinh hữu ở bên kia quả địa cầu, nhưng trong cảnh giới đồng nghiệp, có thể nhận ra được cái mùi của cha mẹ ở chỗ nào. Thậm chí, sinh hữu ở trong quả địa cầu này, nhưng lại có thể cảm nhận được ở tận cõi Bắc Câu Lô Châu hoặc ở tận cõi trời dục giới. Cảm nhận được như vậy, sinh hữu này đủ duyên sẽ đầu thai. Nhưng nhất định phải có mùi: mùi của ái dục. Sinh hữu cảm nhận được mùi đó và đến gần. Vậy nên, thân sinh hữu còn được gọi là Thực hương ấm; 3/ cha mẹ có ham muốn tình dục, có ân ái với nhau.

Ba nghịch duyên: 1/ dạ con của người mẹ phải hoàn hảo, không bị bệnh, không có vấn đề gì. Điều này được giải thích rõ trong kinh điển: dạ con không quá bé (không có chỗ nương đậu cho thân sinh hữu), không bị tắc (không thể làm cho tinh cha, huyết mẹ kết lại được với nhau); 2/ hạt giống tinh cha không bị hỏng, tinh huyết không bị nghẽn. Vì nghẽn thì không di chuyển xuống được; hoặc là một trong hai thứ, một cái xuống trước, một cái xuống sau cũng không được. Tức là phải đúng kỳ, tinh cha huyết mẹ phải kết hợp đúng kỳ. Nếu tinh khí của người mẹ xuất hiện trước nhưng không có hạt giống của người cha thì cũng không thể tác hợp ra người con; 3/ Hạt giống nghiệp lực: nếu cha mẹ tôn quý, nhưng thực hương ấm lại bần tiện, thì cũng không thể đầu thai vào được. Nghĩa là: chúng sinh không có phước thì không thể đầu thai vào nhà giàu sang, phú quý được và ngược lại. Nghiệp lực kết duyên của cha, mẹ và con phải bằng nhau. Phải có đầy đủ ba thuận duyên và vắng mặt ba nghịch duyên thì sinh hữu mới đầu thai được.

Trước đây, có đôi vợ chồng cùng làm trong nghề y, họ ở đối diện với chùa của Thầy ở Việt Nam. Nhưng nhân duyên thế nào đó, họ không thể sinh con được. Họ chữa chạy đủ cách, tốn nhiều tiền để thực hiện thụ tinh trong ống nghiệm cũng không có kết quả. Trong cảnh phiền muộn, bế tắc đó, họ đến thưa với Thầy. Thầy thấy duyên của họ đủ (không có bệnh tật gì), nhưng nghiệp của họ và của đứa con không có sự hòa hợp. Đó là do cha hoặc mẹ thiếu phước. Thầy nói: trước tiên hai vợ chồng tụng *Kinh Phổ môn* hàng ngày, cố gắng niệm *Bồ tát Quán Thế Âm*. Niệm như vậy trong vòng 6 tháng thì Thầy mới có thể nói chuyện được. Họ chí thành nghe lời. Sau một thời gian tụng kinh, lạy sám, tâm của họ đã khác, nghiệp của họ thay đổi. Lúc đó, Thầy nói: bây giờ nhờ y khoa giúp thụ tinh nhân tạo thì có thể thành công.

Có thể thấy: hạt giống của họ khó kết hợp, nhưng về cơ bản vẫn là nghiệp. Sau khi kết hợp một thời gian, y khoa kiểm tra chiếu chụp hình cho thấy rõ kết quả. Ở nhà mừng lắm, thuê xe đón về. Về nhà, họ giết heo ăn mừng và không còn đến chùa nữa. Điều sai lầm ở đây là khi đã chịu tu tập, tạo nghiệp tốt để được đứa con rồi, thì lại vội mừng với kết quả đó và không chịu tu tập nữa. Khoảng 3 tháng sau, thấy cô ấy đi qua trước cửa chùa, Thầy cho người gọi vào và nói: "Thầy nói thật, cô hãy đi kiểm tra lại xem, Thầy không thấy đứa nhỏ ở trong bụng nữa". Quả nhiên, kiểm tra lại thì thấy đứa bé này đã chết rồi. Nói tới đây chúng ta hiểu được cái nghiệp. Những điều này đã được ghi rõ trong *Kinh Phật thuyết bào thai*.

Trong quá trình tâm thức đầu thai, người mẹ thường thấy có một đứa nhỏ đi theo: đứa bé độ chừng 5-6 tuổi. Trong trường hợp đứa con có duyên với mẹ nhưng mẹ lại bỏ, thì cái duyên ấy kết với mẹ và nó sẽ đi theo mãi. Nếu mẹ tạo ra nhiều phúc đức, nó đi theo để giúp cho mẹ. Nếu mẹ thiếu phúc, nó đi theo hại và trả thù mẹ. Nó chi phối tâm lý, tình cảm và khiến cho mẹ tạo thêm một số nghiệp mới. Đặc biệt nó thường tạo cho mẹ một tâm lý tức giận, để rồi khi suy kiệt tâm trí thì nó sẽ mượn xác, khiến đầu óc người mẹ không còn tỉnh táo[1].

Thực hương ấm đi chơi chỗ này chỗ kia, rủ người này người kia ân ái với nhau, tìm cách thế nào để người mẹ có

---

[1] Khi ở trong thiền định, trong tu tập, chắc chắn không có ma nào nhập vào.

duyên để nó được đầu thai. Nếu đứa trẻ này ra đời thì, nó hại cha, hại mẹ dễ sợ. Khi chưa ra đời đã có những tâm ý không lành mạnh, không thánh thiện, thì khi ra đời, không cha mẹ nào dạy nổi. Đây là những cảnh giới rất phức tạp. Sinh hữu đi đầu thai có hai loại: Một loại có phước và một loại không có phước.

Các sinh hữu không có phước, trong tâm nó nghĩ "nay tôi gặp gió lạnh, mưa tối, người đông, ồn ào, nhiều thú dữ đến bức hại, nên sợ hãi, thành ra mới chạy vào nhà cỏ, nhà lá, hoặc ẩn trốn nơi chân tường, hoặc chạy vào núi, rừng rậm, hang động. Suy nghĩ như vậy nên nó đi tìm kiếm sự đầu thai. Thường đầu thai vào cha mẹ nghèo khổ. Đầu thai xong, ra khỏi bụng mẹ thì lại khác. Có trường hợp mới đầu thai, khi còn bé ở với cha mẹ thì khổ, khi lớn lên lại giàu sang. Như vậy, giàu sang đây là phước riêng của thân trung ấm. Những trường hợp này rất phức tạp, không theo một quy luật, một công thức bất di bất dịch nào.

Các sinh hữu có phước, trong tâm nghĩ rằng: "Tôi nay gặp mưa gió, người đông, ồn ào, nhiều thứ thú dữ oai bức, nên tôi muốn chạy lên lầu cao, trên gác, trên điện đường, lên trên ghế, trên giường". Tức là chiều hướng muốn chạy lên trên cao, những chỗ sạch sẽ, tốt đẹp. Sự khác nhau là vậy: loại có phước thì muốn chạy lên lầu, trên gác, trên giường, trên ghế; loại không có phước thì chạy vào rừng, vào núi, chạy vào hang động. Tâm lý muốn chạy đi đầu thai như vậy. Khi gặp mùi ái dục (mùi hương thực ấm) từ cha và mẹ, thì nó chạy tới, theo nguyên lý *Ái nam sinh nữ, ái nữ sinh nam*. Thích người cha thì muốn hất người mẹ ra để mình thế vào chỗ đó hoặc thích người mẹ thì muốn đẩy người cha ra để mình được ân ái với mẹ. Đây gọi là cảnh điên đảo xảy ra lúc đầu thai. Do vậy người đời thường dạy: *nữ thập tam, nam thập lục* [Con gái 13 tuổi không được ngủ với cha. Con trai 16 tuổi không được ngủ với mẹ], vì sợ phát sinh bản năng của nghiệp lực và sinh ra chuyện loạn luân.

Theo sức gió, hơi thở, khí huyết của người cha, hương thực ấm đi vào đỉnh đầu, hoặc chạy vào miệng của người cha. Khả năng của nó di chuyển khắp mọi nơi, nhưng do nghiệp, nó lại đi vào từ đỉnh đầu. Từ đỉnh đầu đi xuống cột sống, hoặc theo khí của người cha đi xuống cột sống. Nếu đi vào từ đỉnh đầu thì thường giống cha về suy nghĩ. Nếu đi vào từ miệng thì giống cha về sức khỏe. Nó mang theo khối nghiệp, đi xuống theo cột sống, đi qua đường sinh dục của cha và đi vào đường sinh dục của mẹ. Bất chợt, nhìn thấy sinh dục của cha mẹ nên nó nổi cơn tức giận. Ngay khi tức giận, thì, sinh hữu này mất mạng (Thân trung ấm chết ngay ở chỗ đó). Nhưng theo nghiệp lực, nó vẫn chạy theo luôn. Tinh cha huyết mẹ hòa trộn lại, tạo ra một chất, trong dân gian gọi là sữa đặc; trong kinh dùng từ Yết la lam để mô tả dạng chất như sữa đặc đó. Cái gọi là sữa đặc này đọng lại ở trong tử cung của người mẹ. Tâm thức (/nghiệp chủng/A lại da/sinh hữu) của sinh hữu bám trên môi trường đó. Nó bắt đầu thu lượm dưỡng chất để tồn tại, hình thành tứ chi, hút khí huyết của người mẹ, và dần dần phát triển thành bào thai.

Trong *Luận Du Già* có ghi: "Bấy giờ lòng tham ái của cha mẹ bốc lên cực điểm, cuối cùng, đều bắn vào trong tử cung của mẹ những tinh huyết rất nồng nặc hòa lẫn nhau. Sự hòa lẫn ấy giống như sữa đặc, trong đó thức A lại da nương theo và bám giữ, từ đó hình thành thai nhi". Đó là nguyên lý. Ngày xưa khi chưa có khoa học, chư tổ bằng tuệ giác, ở trong định lực, trong trí tuệ siêu việt đã chỉ rõ như vậy.

Nói cách khác, Yết la lam chính là tinh cha huyết mẹ. Nhờ tinh cha huyết mẹ hòa hợp lại một chỗ, thần thức có thể nương vào. Vì tinh huyết bất tịnh, hôi tanh, nên tâm thức ái nhiễm khi đầu thai cũng tanh hôi như vậy. Tâm niệm, nhân cách thường bị hôi hám bởi dục nhiễm ngay từ niệm đầu tiên khi chúng ta đến với cuộc đời này.

Trong cái khối như là sữa đặc đó sẽ có một điểm để tâm thức đầu thai. Chính điểm đó sẽ phát triển thành trái tim. Khi con người chết, khí huyết (/giọt trắng) trên đỉnh đầu chạy xuống trái tim, giọt đỏ ở dưới chân chạy lên trái tim. Khi hai giọt đó hòa quyện lại, thì ngay lúc đó con người tắt thở. Như vậy, nguyên lý đầu thai và nguyên lý kết thúc mạng sống của con người là giống nhau. Trong tu học, được trang bị kiến thức này, cần quán chiếu kỹ lưỡng, tập nhớ trong đầu, và tránh không đầu thai vào 3 trường hợp sau:

1/ Khi thấy nhà cửa xinh đẹp, luồng ánh sáng màu xanh dương, thì, cần quán chiếu đó là vật vô thường, như huyễn. Nhận thức được như vậy, lập tức, dừng lại không đi đầu thai.

2/ Khi thấy ánh sáng màu xanh dương, nhà cửa lầu các đẹp đẽ, thì, cần quán chiếu nó rỗng không (người thực tập thiền quán, tính không, thì quen với cách quán tính không). Thấy tất cả mọi hình sắc đều như huyễn, đều không. Do vậy quán nó như huyễn, rỗng không thì lập tức, dừng lại không đi đầu thai.

3/ Trong cảnh giới này, có một suy nghĩ, một năng lực: quán tất cả các pháp như huyễn đều là sự biến hóa từ tự tính thanh tịnh của các pháp. Từ tự thánh thanh tịnh, từ pháp thân lưu xuất ra đều nằm ở trong tự tính Di Đà hoặc là phương tiện do Quán Thế Âm hóa hiện. Chỉ cần suy nghĩ được như vậy, thì lập tức, người này có thể đi vào cảnh giới Bất Động Địa Bồ tát (hay vào cảnh giới bất nhị). Thời gian xảy ra nhanh như gảy móng tay.

Thầy lưu ý với đại chúng: trong bất cứ một hoàn cảnh nào, chỉ cần đủ duyên thì có thể chứng được Diệt tận định của A la hán (không phải trong đời sống này không ngộ thì chết rồi không ngộ được). Đức Phật Thích Ca Mâu Ni sau khi nhìn thấy nhân duyên cõi đời đã mãn, Ngài từ bỏ thân tứ đại giả huyễn ở rừng Ta La, dùng thần lực đi vào cảnh giới của Trung ấm và hóa độ vô lượng chúng sinh. Trong cảnh giới này, có nhiều vị Phật và Bồ tát phóng hào quang để giáo hóa chúng sinh. Cũng có nhiều vị đại A la hán thành tựu từ trong cảnh giới này. Cho nên, cảnh giới ba cõi biến hóa phức tạp vô cùng.

Chỉ bằng công phu tu tập, bằng nguyện lực, ngay cả khi ở trong thân sinh hữu vẫn phải tiếp tục quán chiếu các pháp đã học, thì vẫn có khả năng thành tựu được cảnh giới Bất động địa của Bồ tát. Khi đầu thai, theo sự thúc dục của nghiệp hoặc của tàn dư nghiệp, thường có bốn hạng người:

Hạng đại căn: Mặc dầu chưa giải thoát được luân hồi, nhưng họ biết rõ họ đang đầu thai, đang trụ thai và đang xuất thai trong chính niệm thanh tịnh. Trong đời sống hiện tiền, họ ưa trì giới, ưa tạo phước và tu tập với chính niệm tỉnh giác. Đặc biệt, do thành tựu được trí Bát nhã, nên họ luôn tỉnh thức trong mọi hoàn cảnh (hoàn cảnh bức bách, eo hẹp hay sung túc). Những vị này đều nằm trong hàng từ Dự lưu[1] cho đến Thất lai (tức là từ Dự lưu cho đến A la hán). Họ ở lại đời chỉ để thành tựu A la hán.

Hạng trung căn: những người khi lâm chung nhận ra khổ, thân thể đau đớn, nhưng không mất chính niệm (tức là tâm của họ vẫn ở trong tỉnh thức, không hoang mang dẫn tới loạn ý), biết rõ sinh lão bệnh tử. Họ ít tu trí tuệ, lười học pháp. Với họ, học cũng được không học cũng được, tức là học cho biết vậy thôi. Do không đủ sức mạnh của trí tuệ, nên: khi đầu thai, trụ thai thì ở trong chính niệm; khi sinh ra, thì mê loạn

---

[1] Dự lưu quả: dịch âm: Tu đà hoàn, Tốt lộ đa a bán na. Dịch mới là Dự lưu, dịch cũ là Nhập lưu. Còn dịch Nghịch lưu. Quả thứ nhất trong bốn quả Thanh văn, một trong 18 bậc Hữu học. Chỉ cho quả vị dự vào Thánh đạo vô lậu.

không biết gì hết. Họ đến cõi này để tìm lại hoặc thành tựu quả A la hán.

Hạng hạ căn: những người thích trì giới, thích làm lành, thích làm việc phước. Nhưng, họ không muốn học pháp: chán học, sợ thi. Tâm của họ khi ra đi cũng nhẹ nhàng, nhưng do không có trí tuệ, nên đầu óc u minh. Khi chết, họ có chính niệm và không hối tiếc gì. Họ biết đang đầu thai; nhưng khi trụ thai, họ không biết gì nữa, và cứ chịu khổ trong đó. Mẹ ăn nóng, họ cảm thấy như trong địa ngục. Mẹ uống nước lạnh, họ cảm thấy như trong địa ngục hàn băng. Họ khổ não khi ở trong đó. Do mất chính niệm nên họ thường oán trách mẹ.

Hạng ưa phá giới: ngồi thiền một chút thì ngủ, thậm chí còn ngáy. Ít làm việc thiện, say sưa làm việc ác. Tâm không chính trực, nói một đàng làm một nẻo, xẹo xọ, buông lung. Thích hưởng thụ, thích vui đi chùa, thích ăn ngon, tu sơ sơ thôi (muốn tu nhưng hay kêu ca). Đặc biệt, họ không muốn làm gì có trí tuệ. Tham của, bủn xỉn. Lúc chết họ thấy tiếc của, tiếc những cái đã tích luỹ được. Lúc chết thì đau khổ, rên la thống thiết. Người này thuộc vào hạng người *Phàm phu cụ trược* [bao nhiêu cái uế trược đều đầy đủ hết của hạng phàm phu. Chữ Hán, *cụ* nghĩa "đầy đủ"]. Cảnh giới này, đầu thai và trụ thai và xuất thai đều chẳng biết.

8.2. Cảnh giới của Bồ tát

Có ba phẩm vị Bồ tát.

Bồ tát sơ phát tâm: thấy người ta tu thì cũng tu, thấy người ta làm thiện thì cũng làm thiện (bắt chước theo), nhưng khi gặp việc ác thì cũng làm. Đang làm việc thiện, nổi nóng lên, thì nghỉ, lại làm việc ác. Làm việc ác ít bữa, quay lại, làm việc thiện. Đây gọi là sơ phát tâm, tức chỉ tâm Bồ tát không vững. Vị này phải tu qua bốn mươi bậc: Thập tín[1], Thập trụ[2], Thập hạnh[3], Thập hồi hướng[4]. Tu qua bốn mươi phẩm vị này thì được gọi là *Bồ tát quyền thừa* (tức: còn lệ thuộc vào phương tiện, tạo ra phương tiện tu hành, giống Bồ tát, nhưng chưa phải Bồ tát thuần bên trong).

Đi qua Thập tín, Thập trụ, Thập hạnh, Thập hồi hướng thì vào cảnh giới của Thập địa[5], đi vào trong hàng **Sơ địa Bồ tát** (hay gọi Hoan hỷ địa Bồ tát). Trong hàng Sơ địa Bồ tát bắt đầu dùng chữ Bồ tát chính vị, chia làm 10 bậc. Bậc thứ mười gọi là Pháp vân địa, khả năng của vị Bồ tát này như một đám mây pháp. Họ xuất hiện ở đâu, họ làm gì đều đem đến an lạc cho tứ chúng. Có một số người tự tôn và tự ca ngợi là Bồ tát pháp vân địa, hay thập địa. Điều này nguy hiểm lắm! Thời mạt pháp, có rất ít Bồ tát thập địa, thậm chí không có Bồ tát thập địa ra đời[6].

Vị Bồ tát cao hơn, đó là **Bồ tát nhất sinh bổ xứ**. Vị Bồ tát Nhất sinh bổ xứ không nằm trong các địa này, mà đi vào

---

[1] Thập tín tâm: chỉ cho 10 tâm. Mười tâm này thuộc tín vị, có khả năng giúp cho hành giả thành tựu hạnh tín.

[2] Thập trụ tâm: chỉ cho 10 trạng thái của tâm, do ngài Không Hải (vị tăng người Nhật thuộc tông Chân ngôn) căn cứ vào *Kinh Đại nhật*, luận Bồ đề tâm mà đề xướng ra.

[3] Thập hạnh tâm: chỉ cho 10 hạnh tu lợi người từ giai vị 21 đến giai vị 30 trong 52 gia vị tu hành của Bồ tát.

[4] Thập hồi hướng tâm, gọi tắt Thập hướng. Chỉ cho 10 giai vị, từ giai vị thứ 31 đến 40 trong 52 giai vị tu hành của Bồ tát.

[5] Thập địa, Hán dịch: trú xứ, trụ trí, sinh thành. Tức trụ ở địa vị mình để duy trì pháp, nuôi dưỡng pháp khiến sinh ra quả.

[6] Khi các vị đó ra đời thường làm cho cõi nước này chấn động, sự xuất hiện của các ngài có thể khiến cho chúng sinh điên đảo. Tâm của chúng sinh không thể nhận lấy được luồng pháp của các ngài. Duy Ma Cật cư sĩ là vị Bồ tát thập địa. Hành trang tự tại của các Ngài khiến chúng sinh sinh tâm nghi hoặc và phỉ báng.

trong cảnh giới của Như Lai địa, nên được gọi là Nhất sinh bổ xứ. Trước lúc lâm chung chỉ cần 10 niệm "Nam mô A Di Đà Phật vãng sinh Tây phương tịnh độ" thì đều dự vào hàng Nhất sinh bổ xứ. Thần lực của Phật A Di Đà thật bất khả tư nghì! Phàm phu cụ trược như chúng ta, nhưng chỉ cần 10 niệm A Di Đà và nhờ thần lực chiêu cảm của Phật A Di Đà, lập tức, được vãng sinh vào hàng Bồ tát Nhất sinh bổ xứ (tức vào Như Lai địa). Cảnh giới này còn vượt xa Bồ tát thập địa. Cảnh giới đó, có đầy đủ phước huệ song tu.

Cần phân biệt hai chữ là: tại gia và xuất gia. Theo nghĩa đen, *tại gia*: ở nhà; *xuất gia:* ra khỏi nhà. Xuất gia ở đây cần phải hiểu theo nghĩa bóng, tức là "ra khỏi nhà tam giới" (dục giới, sắc giới và vô sắc giới). Ai chưa ra khỏi ngôi nhà tam giới, thì vẫn còn là tại gia.

Nhờ phước lực và nguyện lực, các vị Bồ tát cầu nguyện được tái sinh trong cõi đời này. Đa phần các ngài ra đời vì mục đích thực hiện một xứ mệnh nào đó, trong một giai đoạn nào đó. Làm xong, các ngài tự tại ra đi. Đây là cảnh giới Bất khả tư nghì. Ngài Minh Phát được đức Tăng thống Huyền Quang tôn thờ như một vị Bồ tát hoá thân. Công hạnh của ngài thật lớn, không thể nào luận bàn hết được. Ngài Quảng Đức đến với đời như một nhân duyên nào đó, xong việc ngài tự ra đi.

Các ngài tự chọn cảnh giới tái sinh nên, các ngài rất tự tại. Đặc biệt, khi đầu thai, trụ thai, xuất thai, các ngài không phiền não, không sinh niệm oán ghét. Về hành trạng của các vị Bồ tát hoá hiện đi vào trong thai mẹ, xin giới thiệu việc tái sinh theo truyền thống Lạt ma giáo ở Tây tạng:

Theo truyền thống Lạt ma giáo của Tây tạng có tượng Phật khỏa thân và có hình ảnh một cô gái ngồi ôm ở trước bụng. Đừng khởi dục tâm và cho rằng sao Phật giáo lại có chuyện như vậy. Giải thoát đau khổ thì phải ly dục. Chân lý của đạo Phật là vô dục. Những vị trưởng lão đã thành tựu lớn trong Phật pháp, vì tự biết chưa chấm dứt luân hồi, chưa chứng A la hán nên muốn chọn một cảnh giới tái sinh theo ý của mình. Họ không muốn bị nghiệp lôi đi một cách tuỳ tiện. Đây gọi là công hạnh Bồ tát tái sinh.

Các ngài quán chiếu chân thân Phật. Chân thân Phật chính là Phật tâm của mình. Từ trong tâm mình hoá hiện ra một vị Phật nam và một vị Phật nữ. Họ thường thiền định và quán chiếu hình ảnh đó. Họ thấy ở trái tim của vị Phật nam có chủng tử màu đỏ (chủng tử tái sinh trên trái tim của vị Phật nam). Họ quán chiếu nhiều ngày và thấy rằng trong trái tim của vị Phật nam hiện ra một đạo hào quang năm sắc. Quán chiếu cho tới khi họ thấy rõ hình ảnh đó từ tâm hoá hiện ra. Lạt ma giáo gọi vị Phật đó là Phật bổn tôn [là vị Phật do tự tâm mình hoá ra]. Vì sẽ mang hạt giống đó đi đầu thai nên quán như vậy thì sẽ có được hạt giống thanh tịnh. Vị này bắt đầu quán chiếu hào quang năm sắc đó trộn lại, và trở thành một giọt trắng (của tinh cha) chạy từ đỉnh đầu của vị Phật bổn tôn chạy xuống theo cột sống của tượng Phật đó và chạy qua người nữ. Họ quán chiếu rằng nó sẽ dừng ở người nữ đó (chính là người mẹ tương lai sắp đầu thai). Lúc đó người hành trì này chưa quán chiếu gì hơn nữa, tức là họ chưa biết người mẹ của họ là ai.

Nhiều vị Lạt ma Tây Tạng khi về già đã từ bỏ mọi thứ và quyết định đi tìm kiếm sự tái sinh. Các ngài vào trong hang động, nhìn bức tượng, rồi quán chiếu (không có tượng thì dùng tranh vẽ), quán rằng: Phật bổn tôn chính là tự tâm của mình. Từ trái tim, hạt giống thanh tịnh phóng ra hào quang năm sắc kết thành một giọt trắng, chạy từ trên đỉnh đầu xuống và chạy qua cái hình của người nữ. Hình của người nam và của người nữ chính là tự tâm chúng ta hoá hiện ra. Tức là, hoàn toàn thuần trong công phu thanh tịnh. Vị này ra đời và giáo hoá chúng sinh bằng thân, bằng hành động của họ. Họ bắt đầu quán chiếu ba chữ: "Án. Dạ. Hồng".

*** Quán chữ Án** hay chữ "Om". Khi quán chiếu chữ Án thì chủng tử của chữ Án sẽ chồi lên trong tâm họ. Quán bằng cách vẽ chữ Án bằng tiếng Phạn[1]. Hình của chữ này có mối liên quan mật thiết với tâm của chúng sinh. Do đó, câu chú thường dùng hình của chữ Án, quán chiếu chữ Án.

Về việc quán chiếu của vị Lạt ma Tây Tạng để chọn cảnh đầu thai: Vị này quán chiếu chữ Án phát ra năm sắc, kết thành giọt trắng chạy từ trên Phật bổn tôn xuống và chạy qua người nữ. Họ bắt đầu ngồi cảm nhận, cảm nhận được giọt trắng đó đi đến đâu và đi về hướng nào. Cảm nhận, thực tập như vậy, thì tự nhiên, nhận ra được người nữ du già[2] (/người mẹ) của họ.

Họ cảm nhận được người nữ du già kia là ai và bắt đầu để lại một số tín hiệu. Họ có những tập khí của đứa trẻ, họ chơi vui. Nhưng chỉ cần thấy người kia tới thì họ biết liền.

Hồi xưa, người ta đi tìm đức Đại Lai Lạt Ma cũng theo cách đó. Ngài đang chơi với những đứa trẻ khác, khi nhìn thấy hình dáng của lọng, của kiệu, giống như tiền thân, tự nhiên ngài nhớ ra liền, bắt đầu là trở về. Để phục hồi tất cả ký ức thì phải tu tập một thời gian, nhưng những gì quá đặc biệt, vị này nhận ra được. Đó là do họ biết quán chủng tử. Nhờ quán chủng tử chữ Án, nên khi ra đời, vị này có thân tướng

---

[1] Phải dùng tiếng Phạn sẽ có hiệu quả hơn những hình thù (hoặc những ngôn ngữ) khác. Vì *Phạn* là "Phạn âm", là ngôn ngữ thanh tịnh của trời Đại Phạm.

[2] Du già được hiểu là trí tuệ. Theo quan điểm của người Tây Tạng, người mẹ quyết định việc sinh con (mẹ có trí tuệ thường sinh con có trí tuệ, 70% đứa con giống mẹ. Cha không nhanh nhẹn, không có trí tuệ nhiều, nhưng người mẹ cực kỳ thông minh thì vẫn sinh được những đứa con thông minh). Vậy nên, Mật tông Tây Tạng xem người nữ là trí tuệ.

đẹp, người ngoài có thể cảm nhận được sự an lành, thoải mái, bình an. Vì mục đích cứu độ chúng sinh, các ngài có thể đắc được một số thần thông.

*** Quán chữ Dạ:** Nếu họ không muốn dùng thân lao nhọc mà chỉ muốn dùng cái miệng, lời nói để giáo hoá chúng sinh, thì bắt đầu quán chữ Dạ. Từ trong chữ Dạ, lưu xuất ra năm đạo hào quang sáng ngời, cũng đi vào trên đầu của Phật bổn tôn, rồi đi qua người nữ. Họ tập cảm nhận để tìm xem người mẹ, người nữ du già kia là ai? Ở hướng nào? Đối tượng nào mà họ có thể thọ thai được, có thể mượn thân để ra đời. Bởi vậy, khi thấy cha mẹ ân ái với nhau, họ nương gá vào đó. Vì cái chất Yết la lam đã thành, họ chỉ cần dùng thần lực nương vào đó để ra đời. Họ không điên đảo đắm vào dục ái như con người chúng ta. Điểm khác nhau giữa thọ sinh của những vị tái sinh với phàm nhân chúng ta là vậy.

Họ quán chiếu chữ Dạ từ đạo hào quang năm sắc chiếu ra và đi tìm người nữ du già. Khi ra đời, họ có một giọng nói du dương (ai cũng thích nghe). Do họ quán chiếu chủng tử đó, nên khi ra đời, đa phần, họ dùng khả năng biện thuyết để diễn giảng Phật pháp và kinh điển. Họ học rất nhanh, chỉ cần nghe qua là có thể diễn thuyết lại. Thường, những vị này không bao giờ hoá hiện thần thông (nhưng, trước khi lìa đời, họ mới biểu hiện thần thông). Đây là cảnh của những vị tái sinh, những vị Bồ tát đi vào đời này bằng chủng tử của khẩu, bằng lợi ích của khẩu, của miệng.

*** Quán chữ Hồng**: trong hình trạng quán về Phật bổn tôn từ trong tâm mình lưu xuất ra, họ quán chiếu hào quang phát ra từ chữ Hồng. Hào quang này chiếu khắp mười phương các cõi và thu lại bằng một giọt trắng, đi vào trong đỉnh đầu của người cha (của Phật bổn tôn), rồi đi qua Phật mẫu (tức là Phật mẹ). Bắt đầu họ cảm nhận được vị nữ du già kia là ai, họ có thể nương gá để tái sinh. Khi đã biết người mẹ tương lai, họ đi vào thai một cách tự tại. Trong trạng thái đó, họ sử dụng lòng từ bi để chiêu cảm. Khi họ thọ thai, lập tức, người mẹ này cũng bị ảnh hưởng và bắt đầu đi làm việc thiện, tình thương phát sinh khắp mọi nơi.

Ngài dùng lòng từ bi để giáo hoá, và sự xuất hiện của các ngài đã chứng tỏ các ngài đã thành tựu về thần thông. Các ngài không có khả năng về thân giáo và khẩu giáo, nhưng các ngài hay sử dụng thần thông, hoá hiện lòng từ bi. Đó là những vị tái sinh đi vào thân khẩu ý bí mật, từ câu chú: Án Dạ Hồng.

Trong Phật giáo còn hay dùng chữ **Svaha** (hay **Toá ha**). Phẩm của Toá hay chữ Svaha cao hơn. Đó là sự thành tựu về phẩm cách của Phật. Tức là vị này muốn sử dụng phẩm cách của Phật để giáo hoá chúng sinh, thì họ chuẩn bị trước khi rời khỏi xác bằng công phu quán chiếu Phật bổn tôn và Phật mẫu. Họ quán chiếu đạo hào quang lưu xuất từ chữ Svaha. Trong cảnh giới này, họ đi tìm vị nữ du già để có thể tái sinh. Đặc biệt, họ mang theo cái chủng tử của Phật, nên tự họ thành tựu được ngũ minh[1] (năm sự thông suốt: không cần phải học hỏi, tự nhiên có): 1/ có khả năng bẩm sinh về phương diện khoa học kỹ thuật, tự biết phát minh, biết dạy cho người khác cách kiếm sống; 2/ tự thân thành tựu được về y dược học: có thể chế ra các loại thuốc, theo nghề y dùng thuốc chữa bệnh cho người; 3/ biết dùng chính pháp để giáo hoá chúng sinh: hoặc bằng thuyết pháp, hoặc viết ra những tác phẩm, phát minh để giáo hoá người khác; 4/ dùng âm nhạc để chuyển hoá lòng hung ác của con người (dùng âm nhạc để

---

[1] Ngũ minh 五明: Panca vidya-sthanani: năm môn học ở Ấn Độ thời xưa: 1/ Thanh minh: môn học về ngôn ngữ văn chương; 2/ Công xảo minh: môn học về công kệ, kĩ thuật, lịch toán; 3/ Y phương minh: môn học về y dược, chú pháp; 4/ Nhân minh: môn học về luận lý và 5/ Nội minh: môn học về tông chỉ giáo lý của phái mình.

giáo hoá chúng sinh). Đó là một trong những công hạnh của Phật; 5/ có thể dùng vô lượng phương tiện (đại thừa hay tiểu thừa) để giáo hoá chúng sinh. Thường, ra đời ở đâu, họ đều được phước báo giàu sang, sung túc, chúng đệ tử đông đảo. Đó là những tính hạnh của Phật.

Bồ tát quán chiếu từ Phật bổn tôn để thành tựu được công hạnh tái sinh. Quán điểm cuối cùng ở chữ **Ha**, quán thành tựu và biến thành hào quang năm sắc (chiếu khắp mười phương) để đi đầu thai. Khi thấy cha mẹ ân ái với nhau tạo ra chất Yết la lam, họ lập tức nương gá vào đó. Trong cảnh giới này, vào thai và trụ thai đều trong chính niệm. Những vị này, ngay từ trong bụng mẹ thường có chiều hướng ngồi thiền. Khi ra đời họ ở trong chính niệm và thành tựu rất nhiều thần thông. Đặc biệt, những người nếu học về Mật tông thì rất nhanh thành tựu. Những câu chú họ đọc ra đều có thể chữa lành bệnh tật cho chúng sinh, khiến cho người bị điên đảo liền ở trong chính niệm tỉnh giác.

Như vậy, trên đây vừa giới thiệu về cảnh giới của các bậc thánh A la hán và của phàm phu cụ trược chúng ta, giới thiệu về nguyên tắc tái sinh của các vị Bồ tát; về phương pháp tái sinh của các vị Mật tông Tây tạng. Từ trong chủng tử thanh tịnh, họ nhìn thấy cha mẹ đang tác hợp kia. Họ tưởng ra đó là Phật và kia là Phật mẫu- nơi mà họ có thể nương gá vào để mượn chủng tử. Họ mượn hạt giống đó để ra đời; và ra đi sau khi đã làm xong một số việc. Các ngài ra đời vì nguyện lực. Vì nguyện lực, họ phải làm một bài thực tập những pháp thành tựu về công hạnh tái sinh thì mới thành tựu được.

Kinh điển có nhiều đoạn ghi: "Qua một kiếp tái sinh, ngay cả Bồ tát đôi khi còn quên mất mình ra đời để làm gì". Phải nhờ công phu tu học, nhờ sự thụ giới, nhờ thiền định thì mới khơi lại được những nguyện lực của mình. Một khi đã trở lại với nguyện lực của mình, thì họ cứ theo nguyện lực mà đi. Tự tâm không thể tưởng ra được Phật bổn tôn và Phật mẫu, nên, trước tiên phải vẽ hình Phật. Họ vẽ ra hình Phật rất tôn kính. Vị Phật này là Phật tâm, Phật tính của họ.

Nguyên lý đầu thai của chúng sinh là vậy, đều phải đi vào từ trên đầu (hoặc trên miệng) của người cha, chạy xuống theo cột sống, đi qua chỗ mẹ và chui trong tử cung. Vì không muốn thấy cảnh nam nữ ân ái dẫn đến đắm nhiễm, sinh dục ái, điên đảo và sẽ thành phàm phu, nên họ muốn tập quán trước để tâm họ thanh tịnh. Lúc đó, họ chỉ tưởng trong tâm thức tất cả những hạt giống về thân bí mật, khẩu bí mật, từ ý bí mật hay từ Án Dạ Hồng. Từ chữ Án chiếu ra hào quang năm sắc trùm khắp pháp giới. Hào quang đó tụ lại, trở thành tinh thần của họ. Đó là cái giọt trắng, nó cũng vào trong đỉnh đầu của người cha thật, rồi đi sang người mẹ. Nhưng không phải vào bằng ái nhiễm, họ thấy đủ duyên tái sinh thì chui vào trong thai mẹ.

Họ vào thai một cách chính niệm; nhưng vì trong môi trường tanh hôi, nên họ thường ở trong định. Khi ra đời họ cũng ở trong chính niệm tỉnh thức. Họ chỉ tạm mượn, gá vào thai mẹ một chút.

Về quá trình tái sinh của bậc Bồ tát, có thể phân biệt thành ba trường hợp: 1/ vào thai và ở thai chính niệm, ra đời không chính niệm; 2/ vào (thai) chính niệm, ở và ra không chính niệm; 3/ vào, ở và ra đều trong chính niệm. Trường hợp vào điên đảo mê loạn, ở và ra không biết gì hết chính là của phàm phu chúng ta. Yếu tố để vào thai chính niệm, đa phần là có trí tuệ, giữ giới, tu trì phước đức, làm việc thiện.

Còn có yếu tố nhân duyên đưa đẩy. Chúng ta phát nguyện: muốn dùng thần thông để giáo hoá? hay muốn đọc những câu Mật chú để cứu độ chúng sinh? hoặc muốn dùng thân của mình để lãnh đạo, và để làm bao nhiêu việc khác? Ví dụ đức Đại Lai Lạt Ma: dùng thân của ngài hoá hiện thành một vị vua của Tây Tạng để lãnh đạo đất nước, lãnh đạo muôn dân. Đó gọi là dùng thân giáo. Nếu chưa đủ khả năng quán, trong mọi cảnh giới, chỉ có nhiếp niệm A Di Đà Phật, cầu sinh Tây Phương Tịnh Độ là tối thượng nhất.

Nếu đã quán mọi thứ mà không thấy gì hết, chỉ thấy cha, mẹ thôi, thì nên nhớ lại, biết tự nhắc mình, rằng người trí không đầu thai. Luôn nhắc mình như vậy. Nếu đi vào sinh hữu, biết mình chưa giải thoát được, cho dù không đi đâu được, thì cũng không ái nhiễm trong cái cảnh của cha mẹ. Người trí trong cảnh giới của giải thoát, cứ nghĩ hoài như vậy, thì cũng thành tựu được. Đó là một cách đơn giản nhất, gọi là đóng cửa tử cung hay bịt cái tử cung của người mẹ.

9. Tổng quan về Cận tử nghiệp, Trung ấm và Tái sinh

Phần này sẽ đưa đến một cái nhìn tổng quan về các hiện tượng, các cảnh giới xảy ra trên thân con người từ khi xuất hiện trên cõi đời này cho đến khi mất và lại tái sinh về cõi người: từ việc tác nghiệp tạo nghiệp, sự tan rã của thân tứ đại, quá trình chết, nhận lấy thân trung ấm, quá trình thọ thai cho đến khi con người ra đời, tái xuất hiện trong thế gian này.

9.1. *Nghiệp* là sức mạnh có khả năng chi phối cái chết. Có 4 loại nghiệp: 1/Tập quán nghiệp: sức mạnh do quá trình sinh sống, làm việc và huân tập nhiều ngày thành thói quen; 2/ Cực trọng nghiệp: sức mạnh tạo ra một việc cực trọng, cực lớn, một việc có ảnh hưởng, in dấu ấn sâu trong tâm; 3/ Tích lũy nghiệp: nghiệp được tích luỹ từ nhiều đời nhiều kiếp đến nay; 4/ Cận tử nghiệp: nghiệp (sức mạnh) tạo ra gần nhất với ngày chết.

Khi nhắm mắt xuôi tay, nghiệp nào gần nhất sẽ ảnh hưởng đầu tiên. Tiếp sau là Cực trọng nghiệp...Nếu không có Cực trọng nghiệp thì đến Tập quán nghiệp. Tập quán nghiệp có yếu tố của tích luỹ. Nhưng khác nhau ở chỗ Tập quán nghiệp chỉ những nghiệp làm ra ở trong đời này thôi; Tích luỹ nghiệp có sự tích lũy trong thời gian vô lượng kiếp. Như vậy theo thứ lớp mà nó vận hành trong tâm của chúng ta, nó chi phối đời sống của người này. Có 3 trạng thái cần ghi nhớ: sáu đại tan, trạng thái thân trung ấm và trạng thái tái sinh.

9.2. Sáu đại tan rã

Cái chết diễn ra trên sự tan rã của sáu đại.

Địa đại tan vào trong thủy đại (biểu hiện không còn sức để duy trì hình trạng của cơ thể: không đứng nổi hoặc có cảm giác bị nhấn chìm xuống tới đất, mặt đất chao đảo, xây xẩm... cả thế giới biến sang một màu vàng). Lúc đó, chỉ còn cách duy nhất: phó thác cho số phận, đừng cố nắm bám vào sự sống, tâm hướng lên đức Phật A Di Đà (niệm Phật, hoặc quán chiếu về tính không, về vô ngã). Cần nhận ra một chân lý: vạn pháp do tâm tạo ra, tự nhắc mình không sợ hãi. Cần nhận thức tất cả các pháp như huyễn, tự nhiên, tìm được một cơ hội giải thoát.

Thủy đại tan vào trong hỏa đại: thấy cả thế giới chuyển sang màu trắng (màu của nước). Thấy như nước tràn ngập khắp mọi nơi, như muốn nhấn chìm mình trong nước và bị chết ngạt trong đó. Cần quán chiếu mạnh mẽ: Vạn pháp duy thức biến. An trú vào hồng danh của Phật, niệm niệm liên tục, không sợ hãi. Nên biết, khi chết có hai sức mạnh quan trọng: a/sức gia trì của Phật, Bồ tát và sức dẫn của nghiệp. Sức gia trì của Phật, Bồ tát là bất khả tư nghì (không thể kể hết, không thể nghĩ bàn được); và b/sức dẫn của nghiệp. Vậy nên, hàng ngày, huân tập vào câu hồng danh Phật là điều quan trọng. Hoặc, người thiền định thì huân tập pháp quán không.

Vạn pháp vốn không, nên thấy màu sắc, thấy sự biến hoá dữ dội kia không sinh tâm sợ hãi. Tâm có chính niệm, có tỉnh giác. Hoặc có thể trì chú: bám vào mật ngữ của Phật, Bồ tát.

Hỏa đại tan vào phong đại: thấy như lửa cháy khắp nơi. Hơi ấm trong thân tan biến một cách nhanh chóng. Người hộ niệm cũng sẽ cảm nhận được nghiệp lực của người chết. Do hơi ấm tan nên mùi hôi hám tỏa ra rất nhanh. Người có phước đức thì ít thoát ra mồ hôi hoặc không hôi lắm. Người nghiệp nặng thì cực kỳ hôi hám (ví dụ người chết bất đắc kỳ tử, người chết đuối).

Phong đại tan vào không đại: người chết sẽ cảm nhận ra cả thế giới chuyển sang một màu xanh. Trong tâm nghe thấy tiếng sấm sét nổ vang trời khiến cho họ sinh tâm kinh hãi.

Không đại tan vào thức đại: thấy những luồng ác phong thổi khắp mọi nơi. Ngọn gió này kéo vào trong ống dẫn trung tâm. Thế giới trở nên tối tăm mù mịt. Lúc này người chết không còn tri giác, nhưng tâm thức vẫn cảm nhận được. Theo khoa học: khi không thấy có các phản xạ ở tim và não thì nói người này không biết nữa. Điều này không đúng. Tâm thức họ rất nhanh nhạy. Đặc biệt, họ vẫn còn chấp trước. Lúc đó, nếu lục két sắt của người chết, thấy mặt họ méo mó, họ tức giận.

Thầy cũng đã chứng kiến cảnh này rồi. Lúc niệm Phật, mặt mày người chết đang tươi tỉnh ngon lành, tự nhiên thấy mặt vẹo qua một bên, trợn chừng lên. Thấy lạ quá, cứ nghĩ: lúc đó, phải chăng tâm của người chết đang làm gì xấu? Thầy niệm rất tinh tấn, thành khẩn nhưng không thấy chuyển. Thầy đoán: chắc có ai lục lợi tủ của họ? Thầy dừng niệm để hỏi. Quả nhiên,

3 đứa cháu đang lục tủ ra để đếm vàng, đếm mấy kỷ vật, đồ lưu niệm quý giá. Vậy đấy. Đã ngừng thở nhưng họ vẫn biết. Cho nên, không thể dùng tư duy khoa học để nhận định về chuyện này được.

Năm giai đoạn này đều là năm cơ hội để giác ngộ. Chỉ cần thấu triệt được chân tướng của từng việc, thì, ngay lúc đó, trở về với pháp thân. Đó là khả năng giác ngộ của lý trí. Giác ngộ được hay không còn tuỳ thuộc vào chúng ta.

9.3. Luồng khí tập trung từ ống dẫn trung tâm

Trạng thái này diễn ra trong thời gian ngắn chừng một sát na (chậm nhất là một ngày). Thức đại đón nhận những luồng gió nghiệp (ác phong) thổi và đưa về ống dẫn trung tâm hoặc là khí từ trên đỉnh đầu xuống tới xương cụt (người chết sẽ nhận ra có một đốm sáng tập trung ở giữa chặng chân mày). Ánh sáng này rất dễ chịu, sáng ngời khiến tâm tư người chết rất mát mẻ. Đây gọi là *trí lạc màu nhiệm* do trí phương tiện từ tinh cha ở trên đỉnh đầu di chuyển xuống. Đây là ánh sáng lưu xuất từ pháp thân thanh tịnh. Ngay lúc này nhận ra được ánh sáng đó và tự khởi niệm muốn hoà nhập vào ánh sáng đó, thì, sẽ hội nhập được ngay và sẽ chứng được Bất Động Địa, đi vào cảnh giới của Bồ tát Pháp Vân (tức là cảnh giới sắp thành Phật). Đây là một cảnh giới rất màu nhiệm, rất siêu việt.

Cơ hội tiếp theo: giọt khí đỏ từ ở dưới xương cùng di chuyển lên, người chết thấy cả thế giới chuyển sang màu đỏ. Màu đỏ này không đem đến sự kinh hãi, ngược lại, giúp người chết an lạc. Thấy như vậy, và nên vận tâm hoà nhập theo ánh sáng đó. Lúc này, người mất không còn sân, không còn tham muốn, không bị đắm nhiễm bởi sắc dục nữa. Đó là trạng thái của trí lạc, là cơ hội giải thoát. Chỉ cần nhận ra được trí lạc màu nhiệm và nguyện cho thân tâm được hoà nhập, được sống trong trí lạc này, thì, ngay lập tức, có thể xả bỏ thân xác một cách nhẹ nhàng và dẫn tới sự đắc quả.

Khí trắng từ đỉnh đầu di chuyển xuống, khí đỏ từ dưới đi lên và gặp nhau ở trái tim. Biểu hiện ra bên ngoài, đó là tắt thở. Thời gian này có thể diễn ra rất nhanh nhưng cũng có thể kéo dài khoảng chừng một bữa ăn (khoảng 1 giờ). Trong trạng thái đó, thấy cả thế giới sáng rực rỡ. Đây chính là ánh sáng của pháp thân, huệ mạng trong chính chúng ta. Cần phát nguyện: được hoà nhập trong trạng thái rực rỡ này.

Đó là điểm rất kỳ diệu, là cơ hội giải thoát. Nhiều khi, lúc chết còn có thể giúp giải thoát nhanh hơn khi còn sống. Khi sống, có thể vừa thoát ra khỏi phiền não này thì đi qua một cảm thọ khác: cảm thọ khổ, cảm thọ lạc, cảm thọ xả, xả buồn thì đi kiếm cảm thọ khác. Cứ vậy, nó luẩn quẩn trong cảnh giới của ngũ uẩn, của sắc thọ tưởng hành thức. Thế nhưng, trong cảnh giới này, một khi nhận ra được cái gì thì có được cái đó, vĩnh viễn không còn trở lại được nữa. Đó là một điều rất kỳ diệu. Cơ hội đó có nắm bắt được hay không lại còn nhờ vào việc gieo nhân trong hiện đời.

Trở lại vấn đề, hấp hối, lâm chung là một trạng thái rất kỳ diệu. Mọi người đều sợ nhưng người tu hành lại rất thích thú khi đối diện với cái chết. Vì đây được xem như một kỳ thi. Sau kỳ thi họ mới tốt nghiệp. Nếu không thi thì học hoài mà không tốt nghiệp, không thành tựu được. Nghe đến chết, họ rất mừng.

Khi giọt khí trắng và đỏ gặp nhau tại trái tim, thì lớp lớp vô minh không còn nữa. Nó không phải do thiền định mà có, là do trạng thái sinh lý biến hoại mà có. Nó đến tự nhiên ở trong tâm. Cần nhận rõ và nắm bắt. Biết cách nắm bắt thì sẽ thành công.

9.4. Sáu điểm tụ của hơi ấm

Nếu không nắm bắt được cơ hội đó, tiếp tục vẫn còn cơ hội giải thoát khi hơi ấm tụ lại nơi thân để đi ra khỏi thân. Hơi ấm sẽ tựu lại ở sáu điểm: đỉnh đầu, mắt, tim, bụng, đầu gối và bàn chân. Có thể xác định điểm tụ của hơi ấm bằng cách: áp tay mình vào chỗ lạnh (làm lạnh tay), sau đó để tay gần thân người mất (cách thân người mất khoảng một gang tay[1]) có thể cảm nhận được rất rõ hơi ấm bốc ra.

Khi thấy được hơi ấm tụ lại ở điểm nào (trong sáu điểm), tuỳ theo đó mà giúp đỡ họ. Dùng nội lực công phu định *hỏa luân tam muội*: để tay lên phía trên chỗ ấm, từ từ, dùng hết tâm lực của mình vừa di chuyển tay lên trên đỉnh đầu, vừa cầu nguyện:

Nam mô đại từ đại bi A Di Đà Phật! Giúp đỡ cho hương linh hoặc là giúp đỡ cho người này... (tên của người mất). Giúp đỡ cho hương linh này được tâm thức di chuyển lên đỉnh đầu vãng sinh tịnh độ, quyết định vãng sinh tịnh độ.

Mình cứ đọc trong tâm vậy. Làm như vậy cũng có tác dụng và khiến cho tâm thức này sẽ nhớ. Họ nhận ra và theo hướng chỉ dẫn của tay mình (để di chuyển dần lên trên đỉnh đầu). Hoặc có thể áp dụng thuật Phô Qua. Hoặc dùng phép quán, tưởng ra một tượng Phật trên hư không to lớn phóng hào quang chiếu lên đỉnh đầu, mở ra ánh sáng cho người này di chuyển lên. Hoặc tập quán thấy đức Phật trên hư không toả hào quang, quán rằng giữa ta và Ngài hoà nhập làm một,

---

[1] Nhớ đừng đụng vào thân của người chết. Vì đụng vào, khiến họ đau đớn, khó chịu, tức giận mà chết. Và cảnh giới A tu la sẽ hiện ra ngay trước mặt họ. Như vậy là đã làm hại họ rồi. Cũng chẳng nên khóc lóc, chẳng nên ôm, nắm tay nắm chân người mất mà khóc. Họ không thích đâu, họ sẽ nổi sân. Sân thì sẽ đoạ.

lúc đó từ trái tim ta hiện ra một đoá sen tám cánh. Đoá sen này với tám đạo hào quang chiếu ra ở trên thân người chết, bịt kín tám cái cửa mà thần thức của người chết có thể đi ra, chỉ chừa lại ở trên đỉnh đầu.

Trường hợp tâm thức vào địa ngục: họ thấy một thế giới tối tăm, cứ nghĩ qua đường hầm tối tăm kia sẽ tới nơi an toàn, nên chui xuống. Đường hầm đó chính là hậu môn, và đi ra từ chỗ đó. Đã chui vào đường hầm thì không quay lại được nữa. Người hộ niệm cần tưởng ra hào quang chiếu sáng chặn đứng hậu môn (đoạ vào địa ngục) chặn đứng đường sinh dục (đoạ vào cảnh giới của súc sinh đói khát, ngu si và dơ bẩn), không cho thần thức đi ra chỗ đó.

Hơi ấm tụ nơi miệng: đi vào cảnh của ngã quỷ đói khát.

Hơi ấm tụ nơi mũi: tái sinh kiếp con người, hoặc cảnh giới ngang với con người. Trung ấm thân cực kỳ bé nhỏ, có thể di chuyển khắp mọi nơi. Với khả năng tu chứng, ngài Long Thọ nhìn thấy trong thỏi sắt có vi khuẩn đang sống, Ngài nói "thế giới này thật kỳ diệu. Trong thỏi sắt không có một kẽ hở mà vẫn có chúng sinh đang sống". Cho dù chất cứng rắn như kim cương, nó cũng có thể đi qua, và tất nhiên, có thể sống trong đó được. Đây thuộc loại nghiệp thức, không thể dùng trí não để tưởng tượng ra được. Có những điều mà khoa học ngày nay vẫn chưa chứng minh được; nhưng bằng tuệ giác của Phật, chư tổ cũng đã khai thị rất rõ[1].

---

[1] Einstein nói: "Người Phật giáo không cần gì phải đi theo khoa học. Bởi vì Phật giáo đã đi trước khoa học, dẫn đường cho khoa học. Chúng ta cứ hành trì Phật giáo thì tự nhiên khoa học sẽ đầy đủ trong đó". Ông còn nói: "Những gì mà tôi biết đều là những cái mà đức Phật đã dạy hết rồi. Nếu để trở thành một tín đồ của tôn giáo thì nhất định tôi sẽ trở thành một Phật tử".

Thần thức đi qua rốn (đan điền). Những người tu tiên theo phép này: vận khí từ đan điền trở lên là dương khí, từ đan điền trở xuống là âm khí. Họ ăn lá cây, uống nước suối, tập phép Yoga, thiền định để thanh lọc nội tâm. Họ sống thuận theo tự nhiên, và có thể bay nhảy một cách tự tại. Đó là cảnh giới của chư thiên ở tầng trời Tứ Thiên Vương trở lên cho tới tầng trời dục giới.

Thần thức đi ra qua lỗ tai (có khả năng nghe) là cảnh giới của A tu la. Họ có chút thần thông (ví dụ loài ngải-một loại chúng sinh đọa làm A tu la). Ở cảnh giới thấp hơn, có khả năng nghe[1] được những âm thanh ở xa).

Hồi xưa thầy có duyên gặp một ông thầy hành trì theo cách này. Mấy Phật tử nhờ ông ta làm phép bày cách để nhanh bán được nhà. Ông ta gọi rao bán nhà mà vẫn chưa bán được. Ông ta đến nhờ Thầy. Thầy đến, ngồi im thấy buồn, Thầy lẩm nhẩm tụng: "Nam mô đại bi hội thượng Phật Bồ tát...". Thày cứ trì chú trong tâm như vậy đỡ phí thời gian... (Ông cứ đến chỗ cây có con ngải. Nó nói thế nào thì ông vào trả lời thế ấy. Mọi người hỏi sao ông cứ đi lang thang ra chỗ đó. Con ngải không dám vào, ông ta không nghe thấy ngải nói gì hết nên ông cũng không trả lời được nữa. Sau đó, ông ấy thấy Thầy đang tập trung gì đó, ông trừng trừng nhìn thầy. Thì ra con ngải nó sợ những người trì chú.

Có những A tu la có thần lực rất lớn. Loài này ít muốn chơi với con người. Ban ngày thì đi chơi tận hư không, ban đêm thì xuống đáy biển ở. Nó sống trong cung điện bằng vàng ngọc. Cảnh giới A tu la này đa phần đều là những người tu hành, nhưng bị phạm giới (không giữ trọn giới).

---

[1] Có những vị thầy bói nuôi ngải. Nó có khả năng nghe những âm thanh ở xa và mách cho vị thầy bói này. Cho nên, vị thầy này đoán rất đúng. Thực ra, là do con ngải mách cho.

Nhờ phước lực tu hành Đại thừa, nên chiêu cảm thành cảnh giới có đầy đủ phước báo thần thông. Do không xả bỏ được tâm sân nên rơi vào cảnh giới A tu la.

Trường hợp này, thần thức đi ra qua con mắt hoặc giữa chặng chân mày, se rơi vào cảnh giới thiên chúng cõi trời Sắc giới. Nếu thần thức đi ra ở điểm cao hơn một chút (từ trán cho tới chân tóc) thì rơi vào cảnh giới của cõi trời vô sắc giới. Thần thức đi ra từ đỉnh đầu, là báo hiệu đi vào cảnh giới vãng sinh Tây phương tịnh độ. Xác định đỉnh đầu ở chỗ nào? Có người, có nơi cho rằng thần thức đi ra ở chỗ xoáy tóc. Điểm xác định xoáy tóc mỗi người mỗi khác, nhưng, chủ yếu tập trung tại đỉnh đầu và ở mỏ ác (nơi mà trí não của chúng ta hoạt động mạnh nhất). Đây được gọi là điểm sinh về cõi thánh.

Cảnh giới Cực lạc quốc độ, ngày xưa, người Ấn Độ dùng từ "Cửa thanh tịnh Phạm Thiên". Đó là Cực lạc quốc độ. Tuỳ vào nguyện ước, người này sinh về thế giới nào: thế giới Phật A Di Đà, thế giới Đông phương Cực lạc của Đông phương Dược Sư, của Phật Dược Sư[1]. Hoặc có người lại muốn sống trong cái tịnh Phật quốc độ tại cõi Ta Bà, thì, họ lập tức chứng quả thành Phật ngay trong thế giới Ta Bà. Vậy nên đừng nghĩ thế giới Ta Bà này nó ố trược (như con người chúng ta). Một khi tâm họ thanh tịnh thì, ngay tại thế giới họ đang sống cũng là Cực Lạc Tây phương.

Trên đây là tất cả những cảnh giới mà tâm thức người chết có thể đi ra. Giữa cõi trời Vô sắc giới với cảnh giới Cực lạc quốc độ (hay cửa thanh tịnh của Phạm Thiên) thật khó phân biệt. Nó khác nhau một điểm, đó là còn niệm tưởng:

---

[1] Đức Phật đã hiện ra vô lượng thế giới và được mô tả trong *Kinh Vô lượng thọ, Kinh Quán vô lượng thọ*.

tưởng các pháp như huyễn, là không, nhưng lại chấp vào cái ngoan không (không phải cái không của Niết bàn).

Như vậy, khí trắng đi xuống, khí đỏ đi lên và gặp nhau tại tim, hơi ấm tụ lại và thần thức đi ra khỏi thân. Ngay lúc đó hơi thở chấm dứt, và trí lạc thanh tịnh hiện ra. Nếu không nắm bắt được cơ hội đó thì lại tự đi qua Trung ấm thân (hay là Thân trung hữu).

Thần thức đi ra theo con đường nào. Người hộ niệm biết rõ những điểm tụ hơi ấm, tưởng tượng Phật trên trời, ánh sáng của Ngài chiếu xuống toàn thân ta. Giữa ta và ngài hoà nhập làm một trong ánh sáng đó và ngài cũng ở trong tim của ta. Lúc ấy hiện lên một đoá hoa sen tám cánh, chiếu ra tám đạo hào quang. Lúc đó, nếu đứng trước người mất thì dùng tâm quán chiếu. Quán chiếu rằng: ánh sáng từ trái tim ta (được tiếp nhận từ Phật ở trên hư không) chiếu vào tám cái cửa mà thần thức của người chết có thể đi ra. Chỉ chừa lại ở trên đỉnh đầu.

Khi tâm thức đi ra, thấy ánh sáng chiếu thì nó không dám ra, và sẽ quay ngược lại, và thế là chỉ còn cách đi lên đỉnh đầu. Các loài vật nếu được hộ niệm thì nó vẫn đi lên được. Học được những điều này, nếu chết thì, âu cũng là niềm vui và chúng ta sẵn sàng chờ đón nó. Chúng ta tỉnh táo, khôn ngoan để lựa chọn con đường sinh vào cõi thánh. Nếu không biết gì thì, cứ nhắm mắt lại chính niệm trong hồng danh Nam mô A Di Đà Phật. Đó là điều rất màu nhiệm xuất ra từ lòng đại bi của Phật. Nhờ thần lực của Phật dẫn dắt, chỉ trong một sát na, cũng được vãng sinh về Tây phương tịnh độ.

9.5. Quá trình tìm kiếm sự tái sinh

Trải qua 49 ngày, nào là ác thần, thiện thần, chuyện nọ, chuyện kia...biết bao cảnh giới đã hiện ra. Đến lúc chết sao nhớ hết được? Nếu chẳng may không nhớ được, thì, dẫn tới cảnh giới tái sinh. Vậy nên, nhất tâm niệm Phật là quan trọng.

Khi thân mạng vừa chấm dứt, thì chuyển sang trạng thái thân trung hữu. Bắt đầu ngày thứ 15 sau khi chết, tâm thức bắt đầu đi tìm kiếm sự tái sinh, được gọi là sinh hữu. Khi gặp mùi ái dục (mùi hương thực ấm) từ cha và mẹ, thì thân trung hữu chạy tới. Theo nguyên lý *Ái nam sinh nữ, ái nữ sinh nam*: thân trung hữu nhào tới hất người mẹ ra, ôm lấy người cha (vì nó yêu thích cha); hoặc nó đẩy người cha ra để mình được ân ái với mẹ. Nhưng, khi vừa nhào tới, thì không ôm được, không nắm được. Cái mà nó thấy chỉ là cơ quan sinh dục của cha và mẹ. Nó tức giận. Niệm sân làm cho thân trung ấm bị thiêu đốt và lập tức bị chết. Chết rồi, lập tức, theo khí nghiệp dẫn đi đầu thai. Đầu thai bằng con đường: hương thực ấm đi vào từ miệng hoặc từ trên đầu của người cha, đi xuống theo cột sống của cha rồi đi qua người mẹ. Khí đó quyện vào trong dạ con của người mẹ, tạo ra một chất tròn tròn như quả trứng. Ở trung tâm quả trứng, có một loại khí rất đặc biệt. Lúc bấy giờ, tất cả nghiệp thức của chúng sinh đi đầu thai sẽ nương gá vào khí nhỏ đó[1]. Nó như một hạt mù tạt, nhỏ hơn hạt bụi và bám vào đó. Được gọi là khí bất tử (vì khi thọ thai, sẽ sử dụng khí này). Khi thân mạng này chết đi, khí này tan ra. Khí tan ra thì nghiệp thức vô hình sẽ dẫn đi. Nếu khí này tự nhiên mất đi thì chắc chắn người này chết ngay.

Khí này tụ lại ở một điểm. Chính từ điểm đó sẽ phát triển thành trái tim. Bắt đầu chia thành hai loại khí: một khí trên đỉnh đầu và một khí ở dưới chân. Nó bắt đầu kéo cái thai này (kéo hai điểm này) thành một hình giống như con cá

---

[1] Người Tây Tạng nói: khí đó nhỏ như hạt mù tạt, như một hạt bụi hay hạt vi trần. Tức là lấy một hạt bụi chẻ ra làm 7 mảnh gọi là một vi trần. Một vi trần lại đem chẻ làm 7 mảnh gọi là lân hư trần.

phình ra ở giữa. Điểm trên phát triển thành đầu, điểm dưới phát triển thành chi dưới (tức là từ xương cụt trở xuống).

Một số vị tổ sư nói: khí đó không mất đi (hay do dùng rồi nên mất đi) cũng không vơi đi. Thực ra, khi nó vừa vơi một chút, thì cơ thể mắc bệnh ngay. Lúc ấy, lập tức, phải quân bình để bù lại (tự sinh, tự bão hoà). Rất kỳ diệu! Nếu khoa học có thể tìm ra được nguyên khí này, thì có thể chữa được rất nhiều bệnh (vì khí này sẽ vận hành luân xa; từ luân xa sẽ sinh ra nhiều thứ khác nhau). Khí đó rất nhỏ, không thể dùng máy móc bình thường mà tính được, nhìn thấy được. Trong y khoa hay đề cập đến khái niệm tế bào gốc. Phải chăng có liên quan đến cảnh giới này?

Tâm thức, thân trung ấm vừa chết, liền đi đầu thai. Khi đầu thai, người ít công đức thì thấy như đi trong sình lầy rừng rậm, nghe tiếng rất dễ sợ; người nhiều công đức thì thấy đang lội vào chỗ có tiếng suối reo, có tiếng hát, tiếng chim ca. Một không gian rất dễ chịu. Tuỳ theo phước đức: Người ít phước thấy sợ hãi. Sự sợ hãi phát triển lên, nhiều khi nó có những vận hành trong bụng mẹ, khiến người mẹ cũng khổ lây. Người có phước thì đứa trẻ ăn ngủ ngon lành, và mẹ cũng an ổn theo.

Điểm lưu ý là: khí (hạt mù tạt) này phát triển lên, thì, tâm thức nương gá vào đó, dẫn tới sự hình thành của nghiệp. Một điểm quan trọng cần lưu ý, là thân trung ấm có trạng thái chết. Trạng thái chết của Thân trung ấm không trải qua tám trạng thái như con người, nó xuất hiện ngắn hơn, nhanh hơn: chỉ trong tích tắc là chết liền. Và ánh tịch quang hiện ra ngay lập tức.

Ánh tịch quang mang theo cả một chủng tử A lại da, một kho tàng của nghiệp lực, rồi nương gá vào giữa tinh cha huyết mẹ. Điểm nóng sẽ phát triển từ từ với khả năng bảo thủ cố chấp của nghiệp, với sức gọi, sức dẫn, sức tích luỹ của nghiệp. Cứ như vậy, nó bắt đầu lấy dần những chất trong bụng mẹ (như đất, nước, gió, lửa) và phát triển dần lên. Nếu, ái nhiễm nặng thì đi qua làm thân nữ, ái nhiễm nhẹ thì đi qua thân nam. Theo kinh điển thì nói như vậy, nhưng cũng chưa chắc.

Ánh tịch quang hiện ra trong dạ con, thì ngay chỗ đó, một cuộc sống mới xuất hiện. Một sợi dây vô hình ở trong tâm thức tịch quang (không màu, không mùi, không hình tướng, không hình thể gì rõ ràng) nương gá trên đó với một dạng nghiệp và bắt đầu tạo ra một cuộc sống mới. Cuộc sống mới bắt đầu, thì, tâm thức hình thành.

Quá trình phát triển tâm thức của bào thai lần lượt: từ trong ánh tịch quang (một màu đen trong suốt) hiện ra màu đen cận mãn (tức màu đen có màu), chuyển tiếp dần sang màu đỏ rạng, sau chuyển sang màu trắng mờ mờ. Từ màu trắng mờ thấy có ngọn đèn leo lét; rồi lại thấy như đom đóm chớp nhá, chớp nhá; rồi lại thấy giống như khói mờ mờ, ảo ảo. Cuối cùng chuyển sang ảo tưởng (tức là không thấy gì rõ ràng: hình như có màu, có mùi, hình như có mọi thứ nhưng không phân biệt được rõ ràng). Nếu không giác ngộ được thì tiếp tục đi qua.

Khi chui ra rồi thấy sủa "gâu gâu" thì cũng sủa "gâu gâu" mấy cái. Vậy là mình thành con chó. Lúc chui vào thì đâu có biết, không biết gì hết. Hoặc sinh ra thành con cọp thì không thể ăn cỏ được, mà kiếm con gì ăn cho ngon miệng. Chúng ta thấy đó, vô lượng chúng sinh có hình thái nghiệp lực khác biệt nên thọ lấy một cái thân khác nhau. Nên Phật nói: "Chúng sinh mà thọ lấy được thân người thì cực kỳ quý báu". Vì thân người có được bộ não. Có được bộ não, thấy khổ từ đó có ý thức phát tâm. Sự phát tâm này, trí não này có thể tạo ra vô lượng công đức. Nhờ đó, ánh sáng trí tuệ soi chiếu khắp nơi, và cũng vì thế, có thể bước ra khỏi sinh tử luân hồi. Phật cũng đã thành đạo trong cõi người. Chư thiên sung sướng quá chỉ hưởng thụ và không muốn tu. Các cảnh giới khác thì khó mà hành trì được.

Chúng ta có được thân người là một điều quý báu, nên giữ gìn, chứ đừng nghĩ rằng mình già rồi sống làm gì nhiều, chết sớm đi cho rồi. Điều đó không nên. Khi ảo tưởng sinh ra thì tâm sở cũng sinh ra.

Chỉ một niệm thanh tịnh, nhiếp niệm thanh tịnh, không phóng tâm ra ngoại cảnh, thì sinh ra một thân thanh tịnh. Thân thanh tịnh chính là một kiếp người trong tương lai. Nếu cứ chạy bấn loạn trong những hình tướng điên đảo, trong tâm điên đảo, mất trí, mất phước thì bị đọa vào cảnh giới phức tạp. Tức là tuỳ theo tâm: tâm ái dục thì bị đọa trong ái dục. Tâm sân thì tạo nghiệp sân, tâm tham thì lụy trong tham.

9.6. Hình thành thai nhi trong bụng mẹ

Đầu tiên, hình thành địa đại. Nó như một quả trứng, ở giữa thì lỏng, xung quanh thì hơi đặc lại. Tâm thức nắm giữ địa đại trước, sau đó nắm giữ thủy đại để liên kết các yếu tố với nhau. Tiếp theo, nó nắm giữ hỏa đại, để tiếp tục sinh trưởng địa đại và thủy đại. Nhờ hỏa đại trao đổi chất, nó di chuyển và sinh ra. Cuối cùng, không đại hình thành để thân này phát triển lên. Tức là địa, thủy, hỏa và không. Phần phong đại thì chưa gặp (vì trong bụng mẹ tự nó đầy đủ rồi).

Bắt đầu, phần trên nhô lên, phần dưới cũng nhô lên. Nó kéo dãn ra và từ từ đến tứ chi. Đó là năm chỗ nhô ra, gồm đầu và tứ chi. Sau đó phát triển đến mặt mũi, răng... Nói chung, tâm thức này phải qua thời gian khoảng gần 10 tháng. Trong kinh nói mười tháng, chúng ta phải hiểu là đến tháng thứ mười.

Tháng đầu tiên, sự sống được kết ở trong dạ con của người mẹ. Khí trợ sinh là khí vi tế, là khí do tinh cha huyết mẹ kết lại. Khí trợ sinh (khí bất tử) bắt đầu phát triển. Nó kích thích sự phát triển của thai nhi. Thai nhi có hình thù giống con cá.

Tháng thứ hai, khí trợ sinh vận hành khiến cho cơ thể mọc ra năm chi như con rùa.

Tháng thứ ba, phát triển thân giống như con gấu rừng.

Tháng thứ tư, nương vào hỏa khí (tức sức nóng), cơ thể phình ra như con sư tử.

Tháng thứ năm, hình dáng giống như chú lùn.

Tháng thứ sáu, khí trợ sinh vận hành tới đâu thì cấu tạo ra thân thể tới đó: vận hành tới mắt thì hình thành nên con mắt; vận hành qua lỗ tai thì có khả năng nghe; vận hành đến lỗ mũi thì tạo ra hình dáng lỗ mũi. Khí trợ sinh đi qua lưỡi thì chuyển thành thể chất của địa đại; chuyển qua thân thì thân thể bắt đầu vận hành được. Các tháng sau, tàn dư của khí trợ sinh hiện ra, gọi là khí phụ. (nhưng chất của nó vẫn là từ khí trợ sinh).

Xin nhắc lại: Ở trong bụng mẹ nó như một quả trứng, xung quanh hơi cứng một chút ở giữa lỏng. Ở giữa tâm, khí trợ sinh hình thành. Điểm chính của khí trợ sinh, hình thành trái tim. Nó phát triển lên trong sáu tháng. Sự vận hành, di chuyển của nó như vậy thì sinh ra năm chi: hai tay, hai chân và nhú ra cái đầu (giống như con rùa). Di chuyển xong, phần khí còn thừa đó ở trên đầu thì phát triển thành mắt, tai, mũi. Điểm tập trung chính của nó là trái tim. Những tháng sau, lục phủ ngũ tạng cũng từ phần khí phụ mà hình thành. Khí trợ sinh chính đã an trụ trong những điểm chính. Những điểm đó, sau này, trở thành luân xa (trong con người).

Trong bụng mẹ, thai nhi bắt đầu có sự hít thở, nhưng chưa thở thô được (chỉ khi sinh ra mới hít thở thô). Nó sử dụng nhiều nguyên khí, nên người mẹ rất mệt, thở rất nhiều (người mẹ thở như cho hai người). Khi tâm thức chuyển từ trạng thái hít thở vi tế sang hít thở thô (bằng mũi) thì cảm thấy đau dễ sợ. Nên mới gọi là sinh khổ. Đau giống như chết đi sống lại vậy. Thường khi ra đời, đứa nào cũng khóc.

Như vậy Thầy xin nêu lại ba kinh nghiệm tu học trong chương trình Cận tử nghiệp, Trung ấm và Tái sinh: 1/ nương vào trạng thái Cận tử nghiệp, sự biến hoá, tan rã của sáu đại; 2/ trạng thái Trung ấm, nếu giác ngộ được thì cũng giải thoát; 3/ trạng thái Tái sinh: đây là trạng thái rất khó thực tập, vì phải thọ lấy một cái thân. Nhưng nếu tu tập và giác ngộ được, thì trạng thái Tái sinh trở thành thân tướng của những vị Bồ tát hoặc những vị đem đến lợi lạc vô số cho chúng sinh.

Có thể nói, sự giác ngộ bàng bạc ở trong tất cả các cơ hội. Không phải chờ tới khi chết, đi về một cõi Niết bàn nào đó thì mới giác ngộ. Điểm chốt lại là, cần nương vào sự chết để đi vào ánh sáng của pháp thân; nương vào Trung ấm để nhận lấy những báo thân vô lượng; và nương vào Tái sinh để có được một hoá thân của Bồ tát.

Phần giảng giải Cận tử nghiệp, Trung ấm và Tái sinh đến đây là hết. Nguyện đem công đức khai thị này hồi hướng cho tất cả chúng sinh ở trong pháp giới, nếu còn sống hay đã chết đều được nương vào công đức này mà vãng sinh Tây phương Tịnh độ.

Nam mô Chứng Minh Sư Bồ tát Ma-ha-tát!

HỒI HƯỚNG

Nguyện đem công đức này
Dâng cúng mười phương Phật
Phước lành xin hồi hướng
Cho tất cả chúng sinh
Nguyện đồng chứng Phật thân
Nguyện đồng thành Phật đạo

www.ingramcontent.com/pod-product-compliance
Lightning Source LLC
LaVergne TN
LVHW091534070526
838199LV00001B/58